1

பொய்க்கால் குதிரை

டி.செல்வராஜ்

நியூ செஞ்சுரி புக் ஹவுஸ் (பி) லிட்.,
41-பி, சிட்கோ இண்டஸ்டிரியல் எஸ்டேட்,
அம்பத்தூர், சென்னை - 600 050.
☎ : 044 - 26251968, 26258410, 48601884

Language: Tamil
Poikkaal Kuthirai

Author: D.Selvaraj
First Edition: December, 2014
Second Edition: June, 2021
Copyright: Author
No. of pages: x + 98 = 108
Publisher :
New Century Book House Pvt. Ltd.,
41-B, SIDCO Industrial Estate,
Ambattur, Chennai - 600 050.
Tamilnadu State, India.
email: info@ncbh.in
Online: www.ncbhpublisher.in

ISBN. 978-81-2342-770-6
Code No. A3117

₹ 85/-

Branches

Ambattur (H.O.) 044 - 26359906 Spenzer Plaza (Chennai) 044-28490027
Trichy 0431-2700885 Pudukkottai 04322- 227773 Tanjore 04362-231371
Tirunelveli 0462-4210990, 2323990 Madurai 0452 2344106, 4374106
Dindigul 0451-2432172 Coimbatore 0422-2380554 Erode 0424-2256667
Salem 0427-2450817 Hosur 04344-245726 Krishnagiri 0434-3234387
Ooty 0423 - 2441743 Vellore 0416-2234495 Villupuram 04146-227800
Pondicherry 0413-2280101 Nagercoil 04652 - 234990

பொய்க்கால் குதிரை
ஆசிரியர்: டி.செல்வராஜ்
முதல் பதிப்பு: டிசம்பர், 2014
இரண்டாம் பதிப்பு: ஜூன், 2021

அச்சிட்டோர்: பாவை பிரிண்டர்ஸ் (பி) லிட்.,
16 (142), ஜானி ஜான் கான் சாலை, இராயப்பேட்டை, சென்னை - 14
☎: 044-28482441

All rights reserved. No part of this book may be reprinted or reproduced or utilised in any form or by any electronic, mechanical, or other means, now known or hereafter invented, including photocopying and recording, or in any information storage or retrieval system, without permission in writing from the publishers.

முன்னுரை

தோழர் டி. செல்வராஜ் முற்போக்குத் தமிழ்ப் புனைகதை இலக்கிய வரலாற்றில் தடம் பதித்த சாதனை எழுத்தாளர். கடந்த ஐம்பதாண்டுகளுக்கு மேலாகத் தொடர்ந்து எழுதிவரும் டி.செல்வராஜ், 'தாமரை' இதழில் முதலில் சிறுகதைகள் எழுதினார். அவரது முதல் சிறுகதைத் தொகுப்பு 'நோன்பு' ஆகும். நூற்றுக்கும் மேற்பட்ட சிறுகதைகளை எழுதியுள்ள அவரது முதல் நாவல் 'மலரும் சருகும்' ஆகும். நெல்லை மாவட்டத்தில் நிகழ்ந்த நிலத்தொழிலாளர்களின் எழுச்சியை கள்ளமரக்கால் ஒழிப்புப் போராட்டத்தைப் பின்புலமாகக் கொண்ட இந்நாவல், அவருக்குப் பெரும் புகழைத் தேடித்தந்தது. தொ.மு.சி.ரகுநாதனின் 'பஞ்சும் பசியும்' நாவலைத் தொடர்ந்து சோசலிஸ யதார்த்தவாதப் பாணியில் எழுதப்பட்ட இந்நாவலுக்குப் பின்னர், இடுக்கி மாவட்ட தேயிலைத் தோட்டத் தொழிலாளர்களின் வாழ்க்கைப் போராட்டத்தை மையமாக வைத்து எழுதப்பட்ட 'தேநீர்' நாவலும் அவரது சாதனைப் படைப்பாக அமைந்தது. இந்நாவலைத் தொடர்ந்து இந்திய விடுதலைக்குப் பின்னர் தமிழக நடுத்தர வர்க்கத்தினரின் வாழ்க்கையில் ஏற்பட்ட மாறுதல்களைப் பின்புலமாக்கி 'மூலதனம்' எனும் நாவலைப் படைத்தார். வழக்கறிஞரான டி.செல்வராஜின் நீதிமன்ற அனுபவங்கள் 'அக்னிகுண்டம்' எனும் நாவலாக மலர்ந்தது. அண்மையில் திண்டுக்கல் தோல் தொழிற்சாலைத் தொழிலாளர்களின் போராட்ட வரலாற்றை ஆதாரமாகக் கொண்டு எழுதப்பட்ட இவரது 'தோல்' நாவல் சாகித்திய அகாதெமியின் விருதினைப் பெற்றது.

'பொய்க்கால் குதிரை' எனும் இப் புதிய நாவல் தோழர் டி.செல்வராஜின் போராடும் மனிதர்களைச் சித்திரிக்கும் ஏனைய நாவல்களிலிருந்து மாறுபட்டு புதிய பாணியில் அமைந்துள்ளது. இந்நாவல் ஒரு சமூக அங்கத நாவலாகும். அங்கதம் (Satire) பற்றிய குறிப்பு தமிழில் தொல்காப்பியத்திலிருந்தே தொடங்குகிறது. தொல்காப்பியப் பொருளதிகாரத்தின் செய்யுளியலில்

அங்கதச்செய்யுள் பற்றிய விளக்கம் உள்ளது. 'வசை' எனும் பொருள் கொண்ட அங்கதம், செம்பொருள் (வெளிப்படை வசை) பழிகரப்பு (மறைபொருள் கொண்ட வசை) என இருவகைப் பட்டதாக விளக்கப்படுகிறது. இது பிறருக்கு அறிவுறுத்தும் செவியுரைச் செய்யுளாகவும் குறிப்பிடப்படுகின்றது. தமிழ்க் கவிதை மரபில் சங்க இலக்கியம் தொடங்கித் தனிப்பாடல் திரட்டு வரையில் ஏராளமான அங்கதச் செய்யுட்கள் இடம் பெற்றுள்ளன. தமிழ் நாடக மரபில் பம்பல் சம்பந்த முதலியாரின் 'சபாபதி' நாடகம், சோவின் நாடகங்கள் அங்கத வகையின, தமிழ் உரைநடை மரபில் வீரமாமுனிவரின் பரமார்த்தகுரு கதைகள் அங்கதத் தன்மையுடையன. நவீன கதை மரபில் பாரதியின் சின்னச்சங்கரன் கதை, பேய்க்கூட்டம் ஆகிய கதைகள், புதுமைப்பித்தனின் 'அன்றிரவு' முதலிய கதைகள் ஆகியன அங்கதப் பண்பின; வகையின மேனாட்டிலக்கிய மரபில் அங்கத (Satire) என்பது வசை (Sarcasm), நகை (Humour), ஏளனம் (ridicule) ஆகிய தன்மைகளைக் கொண்டதாக வரையறுக்கப்படுகிறது. அங்கத இலக்கியம் சமூகத்தின் மூடப்பழக்கங்களை நடத்தை முறைகளை விமர்சிப்பதாகவோ, நையாண்டி செய்வதாகவோ அமைகின்றது. ஐரோப்பிய இலக்கிய மரபில் அங்கதத்தை ஹொரேசிய அங்கதம் (Horatian Satire) ஜுவானலியன் அங்கதம் (Juvenlian satire) என இரு வகைப்படுத்தப்படுகின்றது. ஹொரேசிய அங்கதம், அறிவுச் சாமர்த்தியமும் நகைச்சுவைப் பண்பும் கொண்டு பொதுவாகப் பிறரை நையாண்டி செய்வதாக அமைந்திருக்கும். எதிர்மறைப் பண்பற்று மனித நடத்தையை நகைப்பூட்டும் வகையில் கேலி செய்வதாக இது விளங்கும். ஜுவானலியன் அங்கதம் சீற்றமும் வன்மமும் கொண்டது. சமூக மாற்றத்தை உருவாக்கக்கூடியது. ஹொரேசிய அங்கதத்திற்கு ஆஸ்கார் ஒயில்டின் 'மெய்யுறுதியாக இருத்தலின் முக்கியத்துவம், (The important of being earnest) எனும் நாடகமும், ஜேன்ஆஸ்டினின் 'பெருமையும் பாரபட்சமும்' (Pride and Prejudice) நாவலும் எடுத்துக்காட்டாகக் கூறப்படுகின்றன. ஜுவானலியன் அங்கதத்திற்கு ஜோனதன்ஸ்விப்டின் 'கல்லீவரின் பயணங்கள்' (Gulliver Travels) நாவலும், வில்லியம் கோல்டிங்கின் 'ஈக்களின் பிரபு' (Lord of flies) நாவலும் எடுத்துக்காட்டாகச் சொல்லப்படுகின்றன.

தோழர் டி.செல்வராஜின் 'பொய்க்கால் குதிரை' நாவல் அங்கதப் படைப்பிற்குரிய வசை, நகை, ஏளனம் ஆகிய

பண்புகளைக் கொண்டிலங்குகின்றது. 'மனித நடத்தையை நகைப்பூட்டும் வகையில் கேலி செய்யும்' ஹொரேசிய அங்கத வகை சார்ந்ததாக விளங்குகின்றது. 'மெய்ஞ்ஞான சித்தர் சுவாமிகள் என்கிற கருப்புத்துரையின் மெய்க்கீர்த்தியை' விளக்கும் இந்த நாவல் போலிச்சாமியார்களின் உருவாக்கத்தினையும், போலிச்சாமியார்கள் மீது மக்கள் கொண்டிருக்கும் மூடநம்பிக்கைகளையும் கேலி செய்கிறது. 'மெய்க்கீர்த்தி'கள் சோழர் காலத்தில் அரசர்களின் புகழையும் பெருமிதத்தையும் எடுத்துரைக்க உருவாக்கப்பட்டன. இந்த நாவல் சமூகத்தின் கடைக்கோடியிலிருக்கும் புதரைவண்ணார் இனத்தைச் சார்ந்த சலவைத்தொழிலாளியின் கருப்புத்துரை என்கிற சாமானியன் மெய்ஞ்ஞான சித்தர் சுவாமியாக அவதாரமாக்கப்பட்ட வரலாற்றினை மெய்க்கீர்த்தியாக எடுத்துரைக்கின்றது. நெல்லை மாவட்டத்தைச் சேர்ந்த சிருங்காபுரி ஜமீன்தார் பொம்மு பாண்டித்துரை, அவரது மனைவி வேலுநாச்சியார், அமைச்சர் தானாவதி, போத்திராசு வண்ணான், அவனது மனைவி ஈனப்பேச்சி, ஜமீன் வம்சத்தில் பிறந்து ஈனப்பேச்சியால் வளர்க்கப்படும் கருப்புத்துரை, ஜமீன் மாளிகையை விலைக்கு வாங்கிய சினா காவன்னா சித்திரபுத்திரன் செட்டியார், அவரது மனைவி கூத்தநாச்சி, மகள் பத்மாவதி, ஊர்ப்பெரியதனம் அய்யண அம்பலம் ஆகியோர் இந்நாவலில் இடம்பெறும் முதன்மைப் பாத்திரங்கள். என்றாலும் நாவல் முழுவதும் கருப்புத்துரையை மையங்கொண்டே இயங்குகிறது. கருப்புத் துரையின் சரிதத்தை எல்லாம் அறிந்த நிலையில் படர்க்கைக் கூற்றில் நாவலாசிரியர் எடுத்துரைக்கின்றார்.

ஆங்கிலேயரிடம் உரிமையை அடகுவைத்து சுகபோகங்களில் மூழ்கித் திளைத்த ஜமீன்தார் காலத்திய வாழ்க்கைப் பின்புலமும், விடுதலைக்குப் பின்பு நிலஉச்சவரம்புச் சட்டத்தினால் ஜமீன்தாரிமுறை அழிந்து புதிய பணக்காரர்கள் உருவான பின்புலமும் இந்நாவலில் பின்னணியாக அமைந்துள்ளன. மேற்கூறிய இருவகைப்பட்ட சமூக வாழ்க்கையும் இந்நாவலில் நையாண்டி செய்யப்பட்டுள்ளது. அத்துடன் தமிழகக் கிராமங் களில் குடிமைச் சாதியினராக இருக்கும் புதரை வண்ணார் இனத்தாரின் சமூகப் பொருளாதாரப் பண்பாட்டு வாழ்வும் இதில் எடுத்துக்காட்டப்பட்டுள்ளது. நாவலின் தலைவனான

கருப்புத்துரை, புதரை வண்ணார் இனப் பெண்ணான ஈனப்பேச்சியால் வளர்க்கப்பட்டாலும், தான் ஜமீன் வம்சம் என்ற நினைப்பு உள்ளக்குள் ஓடிக்கொண்டிருக்கிறது. யதார்த்தத்திற்கும் நினைவுக்குமான முரணால் பல இடங்களில் கருப்புத்துரை சிக்கலுக்குள் மாட்டிக்கொள்கிறான். நினைப்பை நிஜமாக நம்பும் கருப்புத்துரை விநயமற்று அப்பாவியாக இருப்பதால் ஊராரின் ஏச்சுக்கும் கேலிக்கும் அடிக்கும் ஆளாகிறான். ஊர்ப் பெரியவர்களுக்கு மட்டுமல்லாமல் ஊர்ச் சிறியவர்களுக்கும் கல்லால் எறிந்து விளையாடும் விளையாட்டுப் பொருளாக கருப்புத்துரை திகழ்கிறான். ஊருக்கெல்லாம் எசமானாகக் கற்பனைபண்ணும் கருப்புத்துரையின் ஆணைக்கு அவனது 'பஞ்சகல்யாணி' கழுதைகூட கட்டுப்படுவது இல்லை. கருப்புத்துரையைப் பொதியைத் தூக்கவிட்டு 'கவாத்து' வாங்கிவிடுகிறது. ஊரில் அழுக்கு எடுத்தல், பொதியைச் சுமந்து கறுப்புத்துறைக்குக் கொண்டுபோய் ஆற்றில் துணியைத் துவைத்தல், ஊரில் முறைக் கஞ்சியையும் களியையும் கூழையும் சுமந்து வருவது, சித்தர் மண்டபத்தில் படுத்துறங்கி கனவுகாணுதல் என்பதுதான் கருப்புத்துரையின் அன்றாடப் பணிகள். ஜமீன் ஒழிப்பால் புதிய பணக்காரர்களாக உருவெடுத்த அடகுபிடிக்கும் வட்டிக்கடைக்கார சினாகாவன்னா செட்டியாரையும், ஊர்க் காவலாக இருந்து ஜமீன் நிலங்களை அபகரித்து மிராசுவான அய்யணம்பலத்தையும் கண்டால் கருப்புத்துரைக்குப் பிடிக்காது. தனக்குச் சொந்தமான அரண்மனை செட்டியாரிடமும் நிலங்கள் அய்யணம்பலத்திடமும் இருப்பதால் அவர்கள் மீது தீராப்பகை. இதன் காரணமாக அவர்களைத் துச்சமாக மதித்துச் சிக்கலில் மாட்டி அடி வாங்குவது அவனது வாடிக்கை. சினா காவன்னாவும், அய்யணம்பலமும் கிராமத்து மக்களைச் சுரண்டிக் கொழுக்கும் ஆதிக்க வர்க்கமாகச் சித்திரிக்கப்பட்டுள்ளனர். செட்டியாரின் மகள் பத்மாவதி திருமணத்துக்குப் பின் மாப்பிள்ளையின் கையாலாகாத்தனத்தால் பிறந்தகத்திற்குத் திரும்பி வந்து விடுகின்றாள். செட்டியாரின் வீட்டிற்குத் துவைக்க வந்த கருப்புத்துரையின் மீது பத்மாவதிக்கு ஒரு கண். அவனை ஒரு நாள் படுக்கையில் வசப்படுத்த முயற்சிக்கும்போது, செட்டியாரும் ஆச்சியும் பார்த்துவிட கருப்புத்துரை மீது திருட்டுப்பட்டம் சூட்டப்படுகிறது. போலிசில் ஒப்படைக்கப்பட்டு சிறைவாசம் அனுபவித்த கருப்புத்துரை, சிறையிலிருந்து விடுதலையாகி

சிருங்காரபுரிக்கு வரும்போது ஊரில் பஞ்சம். வீட்டில் ஈனப்பேச்சியும் வெண்ணாற்றங்கரையில் கருப்புத்துரையையும், பஞ்சகல்யாணி கட்டிக்கிடக்கும் மஞ்சணத்தி மரத்தையும் காணாமல் திகைக்கிறான். பாதி நிர்வாணமாக மீசையும் தாடியுமாக 'முனீஸ்வரன்' போல் காட்சி தந்த கருப்புத்துரை, பசியினால் அய்யணம்பலத்தின் காமக்கிழத்தி வீட்டிற்குள் புகுந்து தின்ன ஊரார் விரட்டியடிக்க, வழக்கம் போல் சித்தர் மண்டபத்திற்குள் ஓடி ஒளிந்துகொள்கிறான். அவன் வந்த நேரம் மழை பெய்து ஊர் செழிக்க, சித்தர் மண்டபத்திற்கு பூசை செய்ய வந்த மக்கள், குளிரில் ஒடுங்கி மௌனமாக இருந்த கருப்புத்துரையை மழையைக் கொணர்ந்த சித்தராக்கி வழிபடத் தொடங்குகின்றனர். படிப்படியாக கருப்புத்துரை அற்புதங்கள் நிகழ்த்தும் சித்தராக ஊர்மக்களாலும், ஊடகங்களாலும் உருவாக்கப்படுகிறார். மெய்ஞ்ஞான சித்தருக்கு பக்தஜனசபை உருவாகிறது. அதற்கு அய்யணம்பலம் தலைவராகி விடுகிறார். கருப்புத்துரையின் வழக்கமான கோமாளித் தனங்களும், வேடிக்கைப் பேச்சுக்களும் சித்தாட்டமாக, அருள்வாக்காக மக்களால் புரிந்துகொள்ளப்படுகின்றன. கோவிற் காளையாகச் சுற்றித்திரிந்த கருப்புத்துரைக்கு ஊருக்கு வெளியே உருவான புரட்சிகர தீவிரவாதிகளால் சிக்கல் நேர்கிறது. செட்டியார் வீடு தீவிரவாதிகளால் கொள்ளையடிக்கப்பட்டு அவரது மகள் பத்மாவதி கொலை செய்யப்படுகிறாள். அங்கே சம்பந்தமில்லாமல் படுத்துக்கிடந்த சித்தர் தீவிரவாதிகளின் ஆதரவாளராக்கப்பட்டு, அவர் கையிலிருந்த கல் வெடிகுண்டாகக் கருதப்படுகிறது. காவலர்கள் மெய்ஞ்ஞான சித்தரைக் கைது செய்து கருப்புத்துரை என நிரூபிக்கின்றனர். அனைத்து வழக்குகளும் கருப்புத்துரைமீது சுமத்தப்பட்டு அவர் தூக்குத்தண்டனை கைதியாகிறார். நீதிமன்றமும், விசாரணையும் தண்டனையும் கருப்புத்துரைக்கு வேடிக்கையாகப் படுகிறது. தூக்குத்தண்டனை என்னவென்று அறியாது அதைக் குறித்து எவ்வித அச்சமுமின்றி தண்டனை நிறைவேற்றப்பட்டு அப்பாவியாகவே கருப்புத்துரை இறந்து போவதோடு நாவல் துன்பியலாக முடிவடைகிறது. செய்யாத குற்றத்துக்காக முதலில் சிறைத்தண்டனையும் பின்னர் தூக்குத்தண்டனையையும் கருப்புத்துரை பெறுவது, இந்திய ஜனநாயகத்தில் காவல்துறையும் நீதித்துறையும் மக்களுக்குப் பாதுகாப்பும் நீதியும் வழங்கத்

தவறுவதைச் சுட்டிக்காட்டுகின்றது. கருப்புத்துரையைப் போன்றதாகவே சாமானிய இந்தியனின் - தமிழனின் நிலை இருக்கின்றது.

அப்பாவி கருப்புத்துரை, அஞ்சாப்பெண் ஈனப்பேச்சி, வஞ்சகமிக்க சித்திரபுத்திரன் செட்டியார், ஆதிக்க எண்ணங் கொண்ட அய்யணம்பலம் என நாவலில் இடம்பெறும் முதன்மைப் பாத்திரங்கள் யாவும், தொன்மைக்காலத் தமிழ்ச் சமூகத்தின் வகைமாதிரி கதை மாந்தர்கள் ஆவர். நாவலின் மொழிநடை, புதுமைப்பித்தனது நடை போன்று எள்ளல் தொனியிலும் நெல்லை வட்டார வழக்கிலும் அமைந்து நாவலுக்குச் சுவையூட்டுகின்றன. நாவலின் காலப் பின்னணி 1960-கள் என்றாலும், நாவலில் இடம்பெறும் நிகழ்ச்சிகள் இன்றும் சமகாலப் பொருத்தமுடையன. தமிழ்நாட்டுக் கிராமியச் சமூக அமைப்பு இன்னும் சாதியத்திலிருந்தும் நிலவுடமைச் சுரண்டலில் இருந்தும் முழுமையாக விடுபட வில்லை. சாமியார்கள் குறித்த தமிழக மக்களின் மனோபாவமும் இன்னும் மாறவில்லை. பகுத்தறிவுப் பகலவன் பெரியார் பிறந்து வாழ்ந்து சாதித்து மடிந்த இத் தமிழ் மண்ணில் இன்றும் போலிச் சாமியார்களாக, 'அழியா ஆனந்தர்களாக' வலம் வந்துகொண்டுதான் இருக்கிறார்கள். வாழ்கின்ற சமூகத்தை ஆவணப்படுத்துவதோடு, அதை விமர்சித்து மாற்றத்தை நோக்கி வழிநடத்திச் செல்வதுதான் நேர்மையான படைப்பாளியின் கடமை. இச்சமூகக் கடமையை தோழர் டி.செல்வராஜ் 'பொய்க்கால் குதிரை' நாவலிலும் நிறைவேற்றியிருக்கின்றார்.

பா. ஆனந்தகுமார்

என்னுரை

"பொய்க்கால் குதிரை" என்கிற இந்த நீண்ட கதை (புதினம் என்பதை விட நீண்ட கதை என்று கொள்வதே சரியாக இருக்கும்) சுமார் பன்னிரண்டு வருடங்கட்கு முன்னால் எழுதப்பட்டு, பழம்பெரும் மார்க்ஸிய விமர்சகர் தோழர் தி.க.சிவசங்கரன் மற்றும் எழுத்தாளர் திரு.வல்லிக்கண்ணன் அவர்களாலும் படிக்கப் பெற்று, அவர்களின் விமர்சனங்களை ஏற்றுத் திருத்தம் செய்யப்பட்டது,

'பொய்க்கால் குதிரை' எனது ஏனைய படைப்புகளினின்றும் முற்றிலும் மாறுபட்ட ஒன்றாகும்.

மேற்கு ஐரோப்பிய மறுமலர்ச்சிப் படைப்பாளர்களான ஷெட்கின், சுவிப்ட் மற்றும் செர்வாண்டிஸ் போன்ற எழுத்தாளர்கள் அன்றைய சமூகப் போலித்தனங்களையும், ஏலாமையையும், அறியாமையையும் சுட்டிக்காட்டக் குத்திக் கிளறி எள்ளி நகையாடும் வகையில் எள்ளல் நடை கலந்த இலக்கியப் பாணியைப் பின்பற்றலானார்கள். இப்படிப்பட்ட படைப்புக்களை (Satire) நையாண்டி இலக்கியம் என்று கொண்டனர், இலக்கிய விமர்சகர்கள். பிரபல ஆங்கில நாடகாசிரியர் பெர்னாட்ஷாவின் பல நாடகங்கள் இந்த வகையைச் சேர்ந்தவையே. நவசீன மறுமலர்ச்சி இலக்கிய முன்னோடியான லூஷுனும் இத்தகைய இலக்கியப் பாணியைக் கையாண்டுள்ளார்.

தமிழ் இலக்கியத்தைப் பொறுத்தமட்டில் மகாகவி பாரதியின் படைப்புகளிலும் சிறுகதை மன்னன் புதுமைப் பித்தனின் பல படைப்புகளிலும் இத்தகு இலக்கியப் படைப்புகள் வாயிலாகத் தமிழ்ச் சமூகத்தின் போலித்தனங் களையும் ஏமாளித்தனங்களையும் குத்திக் கிளறி அம்பலப்படுத்தி யிருப்பதைப் பார்க்க முடியும்.

இன்றையத் தமிழ்ச்சமுதாயம் எண்ணற்ற போலித் தனங்களுக்கும், மூடத்தனங்களுக்கும் ஆட்பட்டுக் கிடக்கிறது.

குலப் பெருமை பேசும் மாயவலைப் பிணைப்பினின்றும் தமிழ் மக்கள் இன்றும் விடுபடவில்லை. ஒருவிதப் போலி வாழ்க்கை புற்றீசலாக உருவெடுத்திருக்கும் சாமியார் என்கிற போர்வையில் திரியும் போலிச் சாமியார்கள் அவர்களது பாதார விந்தமே தஞ்சமென்று தண்டனிட்டுக் கிடக்கும் பக்த கோடிகள், படித்த மேதாவிகளும், அரசு அதிகாரிகளும் ஏன் நீதிபதிகளும் இதற்கு விதிவிலக்கல்ல. தனது பக்த கோடிகளை நாக்கூசும் கெட்ட வார்த்தைகளால் திட்டித் தீர்த்துவிட்டுக் காறி உமிழும் அந்த மனிதன் எச்சிலையே பிரசாதமாக எடுத்துச் சாப்பிடும் முழு மூடங்கள் தொண்டரடிப்பொடியாழ்வார்கள்.

இந்த மூடப் பழக்கவழக்கங்களையும், போலித்தனங் களையும், மடமையையும் சுட்டுகின்ற எளிய படைப்பே ‘பொய்க்கால் குதிரை’ எனும் கதையும், அப்பாவியான மெய்ஞான சித்தர் சுவாமிகள் என்கிற கருப்புத்துரையும். இந்த நாவலைப் பதிப்பிக்கும் பணியில் உதவிய காதிகிராம கிராமியப் பல்கலைக்கழகத் தமிழ்ப் பேராசியிரர் பா. ஆனந்தகுமார் அவர்கட்கும், அச்சுவாகனமேற்றிய நியூ செஞ்சுரி புத்தக நிறுவனத்தாருக்கும் எனது மனமார்ந்த நன்றி.

இடம் : திண்டுக்கல் **டி.செல்வராஜ்**

நாள் : *09-09-2011*

1

மெய்ஞ்ஞான சித்தர் சுவாமிகள் என்கிற கருப்புத்துரையின் மெய்க்கீர்த்தியை ஒரு சாகாவரம் பெற்ற இலக்கியமாக வடித்துவிடவேண்டும் என்பது நீண்ட நாளைய ஆசை, கனவும் கூட.

பிள்ளையார் சுழி போட்டு மெய்ஞ்ஞான சித்தர் சுவாமிகளின் பூர்வாசிரமம் பற்றியும் மெய்க்கீர்த்தியைப் பற்றியும் எழுதத் தொடங்கும் போதுதான், எக்காலும், முக்காலும் நிலைபெற்று நிற்கும் தன்மை படைத்த அவதார புருஷர்களுடையவும், மகான்களுடையவும், திருவிளையாடல்களையும் மெய்க் கீர்த்தியையும் சொல்ல வரும் படைப்பாளியும், மகாகவி காளிதாஸனைப் போன்றோ, வால்மீகியைப் போன்றோ தெய்வக் கடாட்சம் பெற்ற காப்பியப் புலவனாகவும், மகா பண்டிதனாகவும் இருக்கவேண்டும் என்கிற காவிய நியதி என்னை அலைக்கழிக்கலாயிற்று. ஏனெனில், காவிய நாயகனால், கவிஞனுக்குப் பேரும் புகழும் ஏற்படவேண்டும். அதே போன்று, புலவனால் காவிய நாயகனின் புகழும் பெயரும் விளங்க வேண்டும்.

துரதிர்ஷ்டவசமாக, இந்தப் படைப்பின் அதாவது காவியத்தின் கதாநாயகனான மெய்ஞ்ஞான சித்தன் என்கிற கருப்புத்துரை, அப்படிப்பட்ட அவதார புருஷனாகவோ, மெய்க் கீர்த்தியை எடுத்துரைக்கவல்ல பராக்கிரமசாலியாகவோ இருக்கவில்லை. அவன் நெட்டைக் கனவில் மிதந்து திரிந்து, அவதிப்பட்ட ஒரு பஞ்சமன். ஏழ்பிறப்பிலும் கீழ்ப்பிறப்பான, தீண்டப்படாதவனாகப் பாவிக்கப்பட்ட புரதவண்ணாரப் பொடியனாக வாழ்க்கைப் படியில் கால் வைத்தவன். ஒரு சாமானியன். அந்தக் காலத்தில் தீண்டப்படாதது மட்டுமல்ல

பகல்போதில் பார்க்கக்கூடாத ஜாதி. எனவே, ஒரு சாமானிய மனிதனின் அவலங்களையும், அவன் பட்ட அவஸ்தைகளையும் சொல்வதற்கு, ஒரு சாமானியப் படைப்பாளியின் பேனாவில் ஊற்றெடுக்கும் கற்பனையே போதுமானது என்கிற முடிவுக்கு வந்த நான் 'ஆசை பற்றி அறையலுற்றேன்' என்கிற மகாகவி கம்பனின் வார்த்தையைச் சிரமேற்கொண்டு மெய்ஞ்ஞான சித்தரின் திரு அவதார மகாத்மியங்களை எழுதலானேன். வாசகப் பெருமக்கள் சொற்குற்றம் பொருட்குற்றம் எக்குற்றம் இருப்பினும் மன்னித்தருள வேண்டும். ஏனெனில் அஷ்டபந்தம், யமகம் போன்ற கவிதை பாடும் வித்தகனல்ல நான்.

மெய்ஞ்ஞான சித்தர், துறவறம் மேற்கொள்ளுவதற்கு முன்பு பூர்வாசிரமத்தில், அவருடைய பெயர் என்னவாக இருக்கும் என்கிற ஆய்வினை மேற்கொண்டபோது, சிருங்காரபுரி ஜமீனின் பூர்வ ஏடுகள், அரசு ஆவணங்கள், கல்வெட்டுகள், செப்பேடுகள் ஆகியவை பற்றி ஆராய்ந்தபோது ஆதாரம் கிடைக்காமல் கடைசியில் வாய்மொழி வார்த்தையாக பூர்வாசிரமத்தில் அவரது திருநாமம் கருப்புத்துரை என்றனர். வேறு சிலர் கருப்புத்துறை என்றும் கொண்டார்கள். அதாவது, அவன் பிறக்கும் போதே நீலமேகச் சியாமள வண்ணமாக, அமாவாசையையும் பழிக்கும் கருப்பு மேனியழகுடன் பிறந்திருந்ததால், அட்டக் கருப்பு நிறமாக சிருங்காரபுரி ஜமீன்தார்கள் வழக்கமாகத் தம் பெயருடன் இணைத்துக்கொள்ளும் பட்டப் பெயரான 'துரை' என்கிற அடைமொழியையும் சேர்த்து அவனுக்கு கருப்புத்துரை என்கிற நாமகரணம் சூட்டப்பட்டதாகச் சொல்லப்படுகிறது. வேறு ஒரு சாரார், அவருக்கு உண்மையிலேயே பெயர் ஏதும் வைக்கப்படவில்லை என்றும், வெண்ணாற்றங்கரையில், முண்டந்துறைக்கு எதிரே உள்ள கருப்பன்துறையில் சலவைத் தொழில் செய்து வந்ததால் தொழில் நடத்தி வந்த இடத்தை வைத்து அவருக்கு ஏற்பட்ட காரணப் பெயர் என்று கொண்டார்கள். ரிஷிமூலம், நதிமூலம் மாதிரி, மெய்ஞ்ஞான சித்தரின் உண்மையான பெயர் பூர்வாசிரமத்தில் என்னவாக இருந்திருக்கும் என்று கண்டறிய முடியவில்லை. கண்டறிவதும் பாவம் என்று மேற்கொண்டு ஆய்வு செய்யவில்லை. மேலும், கருப்புத்துரையின் திரு அவதாரம் பற்றிய எந்தவிதமான ஏட்டுக்குறிப்புகளும் இல்லாத காரணத்தால், பாட பேதம்

கண்டறிவதும் சிரமமாகவே இருந்தது. எனவே, இப்போதைக்கு, மெய்ஞ்ஞான சித்தரின் உண்மையான பெயர் பூர்வாசிரமத்தில் 'கருப்புத்துரை' என்று அழைக்கலாம் என்கிற முடிவுக்கு வந்தேன்.

குறிஞ்சி, முல்லை, மருதம், நெய்தல், பாலை என்கிற ஐவகை நிலப்பரப்பையும், அவற்றின் வளமையையும், வறுமையையும் தன்னகத்தேகொண்ட, புண்ணிய பூமியான தென்பாண்டிச் சீமையில், தாதுச் சோலைகளும், சண்பகத் தோப்புகளும், நிறைந்த முல்லையும், மருதமும் முயங்கி மயங்குகின்ற சீரும், சிறப்பும்கொண்ட சிருங்காரபுரி ஜமீன் என்கிற மேட்டுக்குடியில்தான் கருப்புத்துரையின் திரு அவதாரம் நிகழ்ந்துள்ளது. திங்கள் மும்மாரி பெய்யும் சீரான நன்நாடு என்றும், எங்கும் மணி விளையும் எழிலார்ந்த திருநாடு என்றும், புகழேந்திப் புலவரால் ஏற்றிப் போற்றிப் பாடப்பெற்ற திருத்தலம், சிருங்காரபுரி ஜமீன். சிருங்காரபுரி ஜமீன் வம்சாவழியினர் சதா சிற்றின்ப லாகிரியில் மூழ்கிக் கிடந்த காரணத்தால், சிருங்காரபுரி ஜமீன் என்ற பெயர் ஏற்பட்டது என்று சொல்லப்பட்டது. அல்லாமலும், சிருங்காரபுரி ஜமீனைச் சேர்ந்த பட்டத்து ஜமீன்தார்கள்மீது விறலிவிடு தூது போன்ற சிறு பிரபந்தங்களும் பாடப்பட்டதாகவும், காலவரையில், அவற்றைப் பாதுகாப்பதற்கான ஏற்பாடுகள் இல்லாத காரணத்தால் செல்லரித்துப் போனதாகவும் கர்ண பரம்பரைக் கதை.

இது ஒரு புறமிருக்க, கருப்புத்துரையின் பிதாமகனான, பட்டத்து ஜமீன்தார் ராவ் பகதூர் பொம்மு பாண்டித்துரை, தனது மூதாதையர் வழியைப் பின்பற்றி, நாட்டையும், வீட்டையும் மறந்து மேல்நாட்டுக் கீழ்நாட்டு வேசைப் பெண்களோடும், வைப்பாட்டிகளோடும், தனது பொருளையும், இளமையையும், வலிமையையும் பகிர்ந்துகொண்டு, தாதிழந்த நபுஞ்சகனாகிய பின்பு, கண்கெட்ட பின்பு, சூரியநமஸ்காரம் என்கிற வகையில், ராஜ்ய பரிபாலனம் செய்வதற்காக வேண்டி சிருங்காரபுரி ஜமீனுக்கு வந்து சேர்ந்தார்.

வயோதிக நிலைமையை அடைந்த பின்புதான், ஜமீன்தாருக்குத் தன் குலம் விளங்கவும், தாயாதிச் சண்டைகளை வெல்லவும் புத்தென்னும் நரகத்தில் விழாமல் இருப்பதற்காகவும், தனக்குப்

புண்ணிய காரியங்கள் செய்வதற்கும் புத்திரபாக்கியம் தேவை என்ற ஞானம் பிறக்கலாயிற்று. ஏற்கெனவே, பட்டத்து ராணிகள் புத்திர பாக்கியம் இல்லாமலேயே சிவலோக பதவி எய்திய விவரம் தெரிவிக்கப்பட்டபோது ஜமீன்தார் மிகவும் விசனித்துப் போனார். எனவே, மந்திராலோசனைச் சபை கூட்டப்பட்டு, 'புத்திர காமேஸ்டியாகம்' செய்யவேண்டும் என்றும், பட்டத்து இளவரசியை எப்படியாவது கண்டுபிடித்தாகவேண்டும் என்றும் தீவிரமாக ஆலோசனை நடத்தப்பட்டது. எனவே தேவையை முன்னிட்டு, இளமையும் வனப்பும்கொண்ட வேலுநாச்சியார் பட்டத்து இளவரசியாக அந்தப்புரத்துக்குக் கொண்டுவரப் பட்டார். ஆகம விதிகளுக்கேற்ப ஜமீன் அரண்மனையில் புத்திர காமேஸ்டியாகமும் நடத்தப் பெற்றது. வேள்வி வீண்போக வில்லை.

பிறந்த மண்ணுக்கும், புகுந்த வீட்டுக்கும் பெருமை சேர்க்கும் வகையில் அரண்மனையில் கால்வைத்த மறு மாதத்திலேயே வேலுநாச்சியார் கர்ப்பமுற்றாள். வேலுநாச்சியார் கர்ப்பமுற்றது சிதம்பர ரகசியம். இச்செய்தி கேட்ட ஜமீன்தார் பொம்முத்துரைக்கு மட்டற்ற மகிழ்ச்சி. இரவு பகலாக, அந்தப்புரத்தில் இருந்து வரப்போகும் மகிழ்ச்சிகரமான சேதிக்காக காத்துக்கிடந்தார். கடைசியில், சிறப்புடைய இக்கலியுகத்தில், சூரியன் மிதுன ராசியைச் சென்றடையும் ஆனித் திங்கள் நன்நாளில், சுக்கிலபட்ச ஏகாதசியில், பகலும் இரவும் புணருகின்ற நரசிம்மப் போதில் பட்டத்து இளையராணி, நீலமேகச் சியாமள வண்ணனான கருப்புத்துரையை ஈன்றெடுத்தாள். சமஸ்தானமே மகிழ்ந்து போயிற்று.

ஆழ்வார்களும், நாயன்மார்களும், அவதார நாயகர்களும் ஜனனம்கொண்ட புண்ணிய நட்சத்திர நாளில், பட்டத்து இளவரசன் பிறந்திருப்பதால், அவனது ஜாதகத்தைக் கணிப்பதற்கு வேண்டி, அரண்மனையின் வழக்கப்படி, சமஸ்தானத்து வள்ளுவன், முறைப்படி அரண்மனைக்கு வரவழைக்கப்பட்டான்.

ஜமீன்தாரின் ஆணையைச்சிரமேற்கொண்டு, அரண்மனைக்குள் வந்த சமஸ்தானத்து வள்ளுவன், முறைப்படியான விருதுகளைப் பெற்றுக்கொண்டு, உடுக்கையை எடுத்து முழக்கி, வீரஹனுமான் உட்படவேண்டிய தேவதைகளை வரவழைத்து, அருள் வந்து,

வாக்குக் கொடுப்பதற்காக வேண்டி, இளைய ஜமீன்தாரின் நாட்குறிப்பைக் கணித்து ஏடுபிடித்துப் பார்க்கப் போனபோது, ஏதோ, நெருடுகிறாற் போல் படவும், வள்ளுவன் மிக்க பயபக்தியுடன், கையெடுத்து ஜமீன்தாரையும், மற்றவர்களையும் தெண்டனிட்டு வணங்கிச் சொல்லலானான்:

"வள்ளுவன் இப்படிச் சொல்றானேன்னு சமஸ்தானம் கோவிச்சுக்கப்படாது. ஏடு சொல்றதையும், நாவுலே சரஸ்வதி நிண்டு சொல்றதையும்தான் வள்ளுவன் சொல்லுவான்."

இதைக் கேட்டதும், அமைச்சர் ஸ்தானத்தில் உள்ள தானாவதிப்பிள்ளை,

"சும்மா, பயப்படாமச் சொல்லு, ராஜா கோவிச்சுக்க மாட்டார்" என்றார்.

தானாவதிப் பிள்ளையின் இந்த உறுதிமொழியைக் கேட்டு, தைரியமடைந்த வள்ளுவன் அத்தான மண்டபத்தைப் பார்த்துத் தலையை நிமிர்த்தி,

"புள்ளையாண்டானுக்கு அஷ்டமத்தில் சனி, இன்னெயி லேருந்து எண்ணிப் பதினைஞ்சாம் நாள் ஜாதகன் அப்பனுக்குக் கருமாதி காரியம் பண்ணவேண்டிய கண்டம் இருக்குது. இது வள்ளுவன் வாக்குக் கெடையாது. சரஸ்வதி தேவியே வந்து என் நாக்குல ஒக்காந்து சொல்லுற சொல்லு, சாதி ஒழியாது சரஸ்வதி பொய்க்காது" என்று கருவாக்காகச் சொன்னான். ஜமீன் மட்டுமென்ன எட்டுப்பட்டிகளிலும், வள்ளுவன் வாக்குப் பொய்க்காது என்கிற பெயர் அவனுக்கு உண்டு.

புலவன் அறம் பாடியதேபோல், வள்ளுவன் வாக்கைக் கேட்டு, ஜமீன்தார் பொம்முப் பாண்டித்துரை உட்பட அனைவரும் குலுங்கிப் போனார்கள். ஏற்கெனவே ஜமீன்தாருக்குக் காடு வா வா என்றும் வீடு போ போ என்றும் விரட்டுகிற வயது. தாயாதி வாரீசுச் சண்டையில் மூன்றாம் தலைமுறையைச் சேர்ந்த ஒருவன் ஜமீன் தன் கைக்குவர வைசிக அரண்மனை வள்ளுவனை விலைக்கு வாங்கிவிட்ட உபாயம் சமஸ்தானத்துக்கும் தானாவதிக்கும் தெரியாது.

"என்னா லே!, வள்ளுவன்! பொய் சொன்னே உடம்பிலே தலைதறிக்காது' என்று தானாவதி மிரட்டிப் பார்த்தார். இந்த

மிரட்டுக்கெல்லாம் அசைந்து கொடுக்காத வள்ளுவன், கெடுவைத்த பதினைந்தாம் நாள் ஜமீன் அவைக்கு வருவதாகச் சவால் விட்டு விட்டுப் புறப்பட்டுப் போனான்.

வள்ளுவன் வாக்குச் சொன்ன மறுகணமே ஜமீன்தார் பொம்முப் பாண்டித்துரைக்கு மயக்கம் ஏற்பட்டது. மரணபயம் தலைக்கேற படுத்த படுக்கையானார். அரண்மனை வைத்தியர் லேகியம், சூரணம் என்று ஜமீன்தாருக்கு வைத்தியம் செய்த மட்டில் ஜமீன்தாரின் படுக்கையறையிலேயே தங்க வேண்டியதாயிற்று. அரண்மனையே துக்க சாகரத்தில் ஆழ்ந்து போனது. தானாவதியும் ஜமீன் வாரிசுப் பாத்யதை கொண்டாடுபவர்களுடன், கட்சி சேர்ந்து கொள்வதற்காகவும், தனது உத்தியோகத்தை நிலைநாட்டுவதற்கான முஸ்தீபுகளைச் செய்வதிலும் ரகசியமாக, வலுவான கோஷ்டியுடன் கட்சி சேர தீவிரமாக முயற்சி செய்துகொண்டிருந்தான். ஜமீன்தார் வடக்கிருப்பதே போல் சாவின் வரவுக்காகக் காத்திருந்தார். சமஸ்தானத்தைப் பொறுத்தமட்டில், ஜமீன்தாரின் ஈமச் சடங்குகளுக்கும், இறுதி யாத்திரைக்குமான காரியங்கள் தாயாதிகளால் மறைமுகமாகச் செய்யப்பட்டிருந்தது. எனவே, ஜமீன்தார் உட்பட அனைவரும் எமதர்மனின் வரவுக்காக வேண்டி வழிமேல் விழிவைத்துக் காத்துக்கிடந்தனர். வாரிசுப் பாத்யதைக்கான சண்டையும் வெகுவாக களைகட்டி இருந்தது. அரசும் ஜமீனைப் பிடுங்குவதற்கான ஏற்பாடுகளும் செய்து கொண்டிருந்தது. ஏனெனில் சமஸ்தானாதிபதி வெள்ளைக் காரனிடம் தலைமுட்டக் கடன் பெற்றிருந்தார்.

வள்ளுவன் குறித்திருந்த கெடுவும் நாளும் கிழமையும் எந்தவிதமான ஆர்ப்பாட்டமும் இல்லாமல் அமைதியாகக் கடந்துபோயிற்று. தானாவதியும், மற்றவர்களும் எதிர்பார்த்தது ஒன்றும் நடைபெறவில்லை. ஜமீன்தார் படுக்கையை விட்டு எழுந்து தா துபுஷ்டி லேகியமும், தங்க பஸ்பமும் சாப்பிட்ட தெம்பில் வாலிபன் போல் பீடு நடை போட ஆரம்பித்தார்.

ஜமீன்தாருக்கு வள்ளுவன்பால் சண்டாளமாகக் கோபம் வந்தது. சிரச் சேதம் செய்யவேண்டும். அல்லது வெறிநாயைச் சுடுவதுபோல் நடுத்தெருவில் விட்டுச் சுட்டுப்போட வேண்டும் என்று தானாவதிப்பிள்ளையால் ஜமீன்தாருக்கு ஆலோசனை வழங்கப்பட்டது. எனவே, அரண்மனைச் சிப்பந்திகள் மூலம்

வள்ளுவன் அரண்மனைக்கு இழுத்துவரப்பட்டான். வள்ளுவனோ, தனக்கு வழங்கப்படப் போகும் தண்டனையைப் பற்றி எந்த விதமான பீதியோ, பதற்றமோ கொள்ளாமல் சர்வ சாதாரணமாக மந்திரிசபையைப் பார்த்து,

"இப்பவும் சொல்லுறன், வள்ளுவன் வாக்கு என்னெக்குமே பொய்த்துப் போனதுகெடையாது சாமி!" என்று சொன்னபோது,

"இவன் முழுப் பூசணிக்காயைச் சோத்துலே மறைக்கப் பாக்குறான்" என்று கோபாவேசமாகச் சொன்னார் ஜமீன்தார்.

"என்னடா, ஏடாசியா பேசறே? ஒம் பேச்சைக் கேட்டு சமஸ்தானமே ஸ்தம்பிச்சுப்போய் கெடக்குது. ராஜாவோட கருமாதிக்குக்கூட ஏற்பாடு செய்து போட்டம். சரியான மொகாந்தரம் சொல்லலையானா நடுவீதியிலே உட்டு, நாயை அடிக்கிறாப் போல அடிச்சுக் கொல்றதைத் தவிர்த்து வேறு வழி கெடையாது." தானாவதிப்பிள்ளை கூச்சல் போட்டான். சமஸ்தானத்தின் கோபமே வள்ளுவன்பால் திரும்பி நிற்பது போன்ற பாவனை.

இந்த மிரட்டல்களையெல்லாம் மௌனமாகக் கேட்ட வண்ணம் நின்றிருந்த வள்ளுவன், கண்ணைச் சிமிட்டிக்கொண்டு, ஏளனம் தெறிக்கும் வகையில்:

"வள்ளுவன் வாக்குவழியா உண்மை சொல்ல வந்த தேவதை, சமஸ்தானத்துக்கு எமகண்டம் என்று சொல்லலையே" என்று மிகவும் வினயமாகச் சொல்லவும்,

"அப்புறம் யாருக்குடா எமகண்டம்?" தானாவதி கேட்டான்.

"வள்ளுவன் வாக்குப்படி இந்நேரம் நடந்திருக்க வேணுமே, சமஸ்தானம் கோவப்படாம, கொஞ்சம் ரோசனை பண்ணிப் பாக்கவேணும்" என்று சொல்லிவிட்டு, திருநீற்றைப் பையிலிருந்து அள்ளி நெற்றியில் அப்பிக்கொண்டான். வள்ளுவன் வாக்கைக் கேட்டு, மண்டபத்தில் குழுமியிருந்த குடிபடைகளின் பிரதிநிதிகள் அனைவரும் திகைத்துப் போனார்கள். என்னவாக இருக்கும் என்று அவர்களுக்குள்ளேயே ஒருவித தயக்கம். ஜமீன்தாருக்கும் ஒன்றும் பிடிபடவில்லை. ஜமீன்தாரைப் பொறுத்தமட்டில் ஒருவகையான மந்தப்புத்தி. எந்த ஒரு காரியமும் உடனடியாக அவர் மூளைக்கு உறைக்காது. பிறர் எடுத்துச் சொன்னால்தான்

பிடிபடும். சுருக்கமாகச் சொன்னால், சாப்பாடு, லேகியம் தவிர்த்து வேறு எந்தக் காரியமானாலும், மற்றவர்கள் அவருக்காகச் செயல்பட வேண்டும், எடுத்துச்சொல்ல வேண்டும்.

எந்தக் காரியமானாலும், சந்தேகத்தோடும் இரட்டை அர்த்தத்தில் பார்க்கும் தன்மைகொண்ட தானாவதிக்குச் சட்டென்று மின்னல் வேகத்தில், இரண்டு வாரத்திற்கு முன்னால் நடைபெற்றச் சம்பவம் நினைப்புக்கு வந்தது. இரண்டு வாரத்துக்கு முன்னால், சரியாக வள்ளுவன் கெடு விதித்திருந்த தினத்தில், ஊருக்குள்ளும், உள் மலைக்குள்ளும் பேயாத மழை பெருமழையாகப் பெய்தது. வெண்ணாற்றில் வெள்ளம் காட்டாறாகக் கரைபுரண்டு ஓடியது. அப்போது, ஆற்றைக் கடக்க முற்பட்ட சலவைத் தொழிலாளி போத்திராசு காட்டாற்று வெள்ளத்தில் அடித்துச் செல்லப்பட்டான். போத்திராசு ஜமீன் அரண்மனையின் அந்தப்புரத்துத் தீட்டுத்துணிகளை எடுத்துக் கொண்டு, சலவை செய்பவன்.

குருவி உட்காரப் பனம்பழம் விழுந்த கதையாக, இந்தச் சம்பவத்தைத் தானாவதிப்பிள்ளை காலும் கையும் வைத்துப் பின்னிச் சொன்னபோது, வள்ளுவன் வாய் பேசாமல் மௌனியாக அரண்மனையை விட்டு வெளியே போனான். ஜமீன்தாரின் தள்ளாமையையும், வேலு நாச்சியாரின் இளமை யையும், போத்திராசுவின் திடகாத்திரமான உடற்கட்டையும் ஒப்பிட்டுப் பார்த்தபோது, தானாவதிக்கு, காடாறு மாசம் வீடாறு மாசமென்று அலைந்த விக்கிரமாதித்த அரசனையும், அவரோட அமைச்சர் பட்டியுடையவும் கதை ஞாபகத்துக்கு வந்தது. எனவே, வேலுநாச்சியாரின் கற்புப் பற்றிய சந்தேகத்தை ஜமீன்தாரிடம் ரகசியமாக எடுத்துச்சொன்ன போது, திடுக்கிட்டுப் போன ஜமீன்தார் “இருக்கலாம்! இருக்கலாம்!” என்று தலையாட்டிப் பொம்மையாகச் சொன்னவர், அவரது நபுஞ்சகத்தனம் நினைப்புக்கு வந்தது. தானாவதியின் உரை கேட்ட மறுகணமே மயக்கம் போட்டு விழுந்தார். ஜமீன் அந்தப்புரத்து ரகசியம் காட்டுத்தீயைப் போன்று சமஸ்தானம் முழுவதும் பரவிப் போயிற்று. ஜமீன்தாரும் அதற்குப் பிறகு அந்தப்புரத்தை அறவே எட்டிப் பார்க்கவில்லை. பலநாள் படுத்தபடுக்கையானார். தர்பாரும் சடங்குகளும் நடைபெறவில்லை.

கடைசியில் திடீரென்று ஒரு அமாவாசை இரவில், ஜமீன்தார் காணாமற் போய்விட்டார் என்கிற சேதி ஊரெல்லாம் பரவி, பலவிதமான வதந்திகளும், ஹேஸ்யங்களும் ஏற்படலாயிற்று. சிலபேர், வாழ்க்கையில் வெறுப்பு ஏற்பட்டுப்போன ஜமீன்தார் சந்நியாசம் வாங்கிக்கொண்டு, தேசாந்திரமாக இமயமலைக்குப் போய்விட்டார் என்றார்கள். வேறு சிலர், ஜமீன்தார் அவமானம் தாங்க மாட்டாமல், கண்காணாத இடமாகப் பார்த்து தற்கொலை பண்ணிக்கொண்டார் என்றனர். வேறு சிலர், வாரிசுப் பாத்தியத்தைக் கொண்டாடிய தாயாதிக்காரர்கள் தானாவதியின் துணையோடு ஜமீன்தாரைக் கடத்திக்கொண்டுபோய் கொலை செய்துப் புதைத்து விட்டார்கள் என்றனர்.

கணவனையும் இழந்து தன் கற்புக்கும் களங்கம் கற்பிக்கப்பட்டதால், கவரிமானைப் போல் வாழ்க்கை நடத்தி வந்த வேலுநாச்சியார், தன் பிள்ளைக்கனியமுதான கருப்புத் துரையை தாதி கையில் ஒப்படைத்துவிட்டு, விஷம் சாப்பிட்டுத் தன்னை மாய்த்துக்கொண்டாள். தாதியாலும், பட்டத்து ராணி வேலுநாச்சியாருக்குக் கொடுத்த வக்குறுதியைக் காப்பாற்ற முடியாத இக்கட்டான நிலைமை. அதாவது ஜமீன் சொத்தின் மீது வாரிசுரிமை கொண்டாடிய தாயாதிக்காரர்கள், கருப்புத்துரையின் உயிரைக் குடித்துத் தங்கள் உரிமையை நிலைநாட்டிக்கொள்ள நாயாக, பேயாக அலைந்தனர். எனவே தாதி, பிள்ளையாண்டானை அரண்மனையினின்றும் இரவோடு இரவாகக் கடத்திக் கொண்டுபோய், சலவைத் தொழிலாளி, போத்திராசுவின் தர்மபத்தினி ஈனப்பேச்சியின் கையில் ஒப்படைத்துவிட்டு ஊரையும், நாட்டையும் விட்டு ஓடிப்போனாள்.

ஈனப்பேச்சி சாதாரணமாக முரட்டு சுபாவம் கொண்டவளாக இருந்தபோதும், உள்ளூர இரக்கக் குணம் கொண்டவள். மேலும், வெண்ணாற்று வெள்ளத்தில் அடித்துச் செல்லப்பட்ட, தனது கணவன் போத்துவின் ஞாபகார்த்தமாகவும், அடையாள மாகவும் இருக்கவேண்டும் என்று கருப்புத்துரை என்கிற பாலகனை வளர்த்து வாலிபனாக்கும் பொறுப்பை ஏற்றுக் கொண்டாள்.

இவ்வாறு, சிருங்காரபுரி அரண்மனையில் பிள்ளைக் கலிதீர்க்கப் பிறந்த கருப்புத்துரை, கண்ணபரமாத்மா

ஆயர்பாடிக்கு வந்து சேர்ந்த மாதிரி, வண்ணாரக் குடியிருப்புக்கு வந்து சேர்ந்தான். ஈனப்பேச்சியின் பராமரிப்பில், நாளொரு மேனியாகவும், பொழுதொரு வண்ணமாகவும் வளரத் தலைப்பட்டான். வண்ணாரக்குடியில் வளர்ந்தாலும் அவன் சிருங்காரபுரி ஜமீன் வாரிசு என்பதை மட்டும் ஈனப்பேச்சி அவளுக்கு நினைப்பூட்டிக் கொண்டிருந்தாள்.

2

இந்த இருபது வருடங்களில் சிருங்காரபுரி ஜமீனில் எவ்வளவோ மாற்றங்களும் மாறுதல்களும் ஏற்பட்டுப் போயிற்று. ஜமீனின் அகமும், புறமும், அடையாளம் காணமுடியாத அளவுக்கு மாறிப் போய்விட்டது. ஜமீன்தாரும் தாயாதிகளும் ஆடம்பர வாழ்க்கைக்காகப் பட்ட கடனுக்காக இதர சொத்துக்களைப் போன்று ஜமீன் அரண்மனையும் எஸ்டேட் ஆபீஸரால் ஏலத்துக்கு விடப்பட்டு, சினாக் காவன்னா சித்திரபுத்திரன் செட்டியார் கையடக்கமாகப் போய்விட்டது.

சிருங்காரபுரி மக்கள், ஜமீனையும் ஜமீன் வம்சத்தையும் ஒரு கெட்டக் கனவை மறப்பதே போல் மறந்து போனார்கள். கருப்புத்துரையின் விசித்திரமான அவதாரத்தையும் அவனது குலப் பெருமையையும் மக்கள் மறந்து போனார்கள். சலவைத் தொழிலாளர் மத்தியில், ஒரு வண்ணாரப் பொடியனாக ஈனப்பேச்சியால் வளர்க்கப்பட்ட கருப்புத்துரை மட்டும் தன் உடம்பில் சிருங்காரபுரி ஜமீன் வம்சத்துப் புனித இரத்தம் ஓடுவதாகவும், மக்கள் எல்லாம் தனது குடிபடைகள் என்றும், என்றைக்காவது ஒருநாள் தான் ஜமீன் அரசுப் பரம்பரை என்ற முறையில் இந்த ஜமீனை ஆட்சி செய்யப் போவதாகவும் நம்பிக்கொண்டிருந்தான். அப்படிப்பட்ட நெட்டைக் கனவில் அமிழ்ந்து போயிருந்தான். இதன் காரணமாக கருப்புத் துரையினிடத்தில் ஒருவிதமான ஆணவமும், போலித்தனமான கௌரவமும், அகங்காரமும் குடிகொண்டிருந்தன. அதுவே அவனுக்கு வினையாகவும் இருந்தது.

ஈனப்பேச்சிக்குப் பதிலாக, ஊருக்குள் தெருதோறும் அலைந்து, அழுக்கு எடுத்து, முறைக் கஞ்சியையும், களியையும், கூழையும் மண்கலயத்தில் வாங்கிவரும்போதே கற்பனையில்

ஆழ்ந்து போவான். அந்த வட்டாரத்துக்கே தான் அதிபதியாகப் போய்விட்டதாகவும், நாலாபக்கம் சிதறிக்கிடக்கும் வயல் வெளியும், தோப்புத் துரவும் தனது ஆளுமைக்குட்பட்ட பிரதேசமாகவும், அங்கே வேலைசெய்யும் ஆண்களும், பெண்களும் தனது குடிபடைகள் என்றும் தனக்குள்ளேயே எண்ணிப் பெருமிதம் கொள்ளுவான். அப்போது கருப்புத்துரையின் பார்வையிலும், நடையிலும் மிடுக்கும் கம்பீரமும் தென்படும்.

தெருவில் தென்படும் மேல்ஜாதிக்கார மனிதர்கள் எல்லாம் அவனுக்குத் துச்சமாகப்படும். மதிக்கமாட்டான். அதிலும் சிருங்காரபுரி பெரிய பண்ணையார் அய்யண அம்பலம் எதிர்ப்பட்டால் போதும், கருப்புத்துரைக்குச் சண்டாளமாகக் கோபம் வரும். நடுத்தெருவில் நெஞ்சை நிமிர்த்தியவாறு முறைத்துப் பார்ப்பான்.

"தேவடியா மவன் ஒனக்கு என்னடா நான் மருவாதை தாரது. நான் இந்த ஊர் ஜமீன்தார் பரம்பரை. நீ வெறும் காவக்காரப்பய. என்னோட குடிபடை. ஒரு நாளைக்கு உன் நிலத்தை அல்லாம் புடுங்கத்தான் போறேன்டா" என்று தனக்குள்ளேயே சொல்லிக் கொள்வான். தோளில் அழுக்கு மூட்டையும் தலையில் கஞ்சிக் கலயமும், இடுப்பில் பழஞ்சோத்து ஓலைநார்ப் பெட்டியுமாக நின்றுவிடுவான்.

அய்யண அம்பலம், மிராசு மட்டுமல்ல, பஞ்சாயத்துத் தலைவரும்கூட. ஜமீன் ஒழிப்புக்குப் பிறகு அந்த வட்டாரத்தில் முடிசூடா மன்னன் என்றுதான் சொல்லவேண்டும். ஒரு அரண்மனைக் காவல்காரனாகவும், அடியாளாகவும் அலைந்து திரிந்த நபர்; சிருங்காரபுரி ஜமீனுக்கு வேண்டி வரி வசூல் செய்வதற்கும், சண்டை சச்சரவு என்றால் அடிதடி கலாட்டா செய்வதற்காகவும் வேண்டி, அரண்மனை நாயாக வளர்க்கப் பட்டவன்.

சிருங்காரபுரி ஜமீன் ஒழிக்கப்பட்டது அய்யண அம்பலத்துக்கு, எதிர்பாராத வரப்பிரசாதமாகப் போகும் என்று அவனே கனவில்கூடக் கருதவில்லை. ஆரம்பத்தில் நிலச் சீலிங் ஏற்பட்ட போது, அரண்மனைக்குச் சொந்தமான உபரி நிலங்களுக்கு பினாமியாகச் செயல்பட்டான். எருது இளைத்தால் காகம்

மைத்துனர்முறை கொண்டாடும் என்கிற முதுமொழிக்கேற்ப, ஜமீன் தாயாதிகளுக்குள் சண்டைபோட்டுக் கொண்டபோது அவர்களுக்கு 'பெப்பே' காட்டிக்கொண்டு அய்யண அம்பலமே அத்தனை நிலங்களுக்கும் உடைமையாளராகிப் போனான். ஜமீன் உபரி நிலங்கள் எல்லாம் அய்யண அம்பலத்தின் பேரில் மாற்றப்பட்டபோது, அவனது குணநலத்திலும், மாற்றம் ஏற்பட்டுப் போயிற்று. இப்போதெல்லாம் பெரிய புள்ளி என்கிற தோரணை, அம்பலம் ஜாதிக்கட்டுப்பாட்டையும் குல கௌரவத்தையும் கட்டிக் காப்பதில் கண்ணும் கருத்துமாக இருக்கக்கூடியவன் - பெரிய மனிதத் தோரணை.

அய்யண அம்பலம் தெருவில் இறங்கி வருகிறான் என்றால் போதும், திண்ணையில் உட்கார்ந்திருப்பவர் எழுந்து மரியாதை செய்தாகவேண்டும். பெண்கள் என்றால் அவர் திருஷ்டியிலேயே படக்கூடாது. இப்படித்தான் ஒரு கீழ் ஜாதிப் பெண், அம்பலம் வருகிற வழியில், தலையில் விறகுக் கட்டை வைத்துக்கொண்டு நின்றதற்காகவும், அவனுக்கு மரியாதை காட்டாததற்கும் வேண்டி, ஊர் மந்தைக்கு வரவழைத்து ஊர்க்கூட்டத்தைக் கூட்டி, காலில் விழவைத்து மொட்டையடித்து, கரும்புள்ளி செம்புள்ளி குத்தி, கழுதையில் ஏற்றி ஊர்வலம் வரச் செய்த மகா சமர்த்தன். அம்பலம் சொன்னால் அது தெய்வ வாக்கு மாதிரி.

அய்யண அம்பலத்தின் ஒப்புதல் இல்லாமல் சிருங்காரபுரி என்ன, அந்த வட்டாரத்திலேயே எந்த ஒரு நல்ல காரியமும், கெட்டகாரியமும் நடைபெறக் கூடாது. அம்பலமும் நடக்கவிட மாட்டான். அப்படி தப்பித் தவறி யாராவது செய்துவிட்டான் என்றால் மறுநாளே வீட்டைக் காலிசெய்துவிட்டு வேற்றூருக்குக் குடி பெயர்ந்துவிட வேண்டியதுதான். அம்பலத்தின் நெற்றிக்கண் பார்வையிலிருந்து தப்ப முடியாது.

கீழ் ஜாதிக்காரர்களைப் பொறுத்தமட்டில் அய்யண அம்பலம், பரிவாரங்களுடன் தெருவில் இறங்கி நடந்தான் என்றால், அவன் கண்ணில் தட்டுப்படாத அளவுக்கு ஒதுங்கிப் போய்விட வேண்டும். அப்படி தப்பித் தவறி, எதிர்ப்பட்டு விட்டால், அந்தப் பஞ்சமன், பாதையை விட்டு இறங்கி, தலைத்துண்டை இறக்கி கட்கத்திலோ, இடுப்பிலோ வைத்து ஒதுங்கிப் பதுங்கி, முதுகை வளைத்துச் சிரம் தாழ்த்தி,

பூமாதேவியைப் பார்த்தபடியே கரம் குவிந்த வண்ணம், அவன் அவனைக் கடந்து போகும் வரையில் சிலையாகச் சமைந்து நிற்கவேண்டும். அப்படி அம்பலம் நகர் பரிபாலனம் வரும்போது, ஏதாவது குறை கண்டுவிட்டான் என்றால், அம்பலம் வாய் திறக்கமாட்டான். அவனது நயனங்கள்தாம் பேசும்.

இப்படி ஒரு காக்காய்ப் பார்வை பார்த்துவிட்டுப் போய்விட்டான் என்றால், அந்த ஏழைக் கீழ்மகனின் குடிசை தானாகவே தீப்பற்றிக்கொள்ளும். நிலம் உடையவனாக இருந்தால் பயிர்ப் பச்சை எல்லாம் இரவோடு இரவாக அழிக்கப்பட்டுக் கிடக்கும். இவ்வளவு அக்கிரமங்கள் நடை பெற்றாலும், போலீஸிலோ வேற்று இடங்களிலோ புகார் செய்துவிடக் கூடாது. அப்படிப் புகார் செய்யப்பட்டால் தண்டனை மேலும் கடுமையாகும். எனவே, அய்யண அம்பலத்தைத் தவம் கிடந்து தரிசனம் பண்ணி, கெஞ்சிக் கதறிக் கூத்தாடி, அவரால் கூட்டப்படும் பஞ்சாயத்தில் நெடுஞ்சாண்கிடையாக விழுந்து, அவனால் விதிக்கப்படும் அபராதத் தொகையைக் கட்டினால்தான் அய்யண அம்பலம் சமாதானம் அடைவான். அவன் ஊருடன் சேர்க்கப்படுவான். இல்லையென்றால், கண் கொத்திப் பாம்பு மாதிரித்தான்.

இப்படிப்பட்ட பேரும், புகழும், சீரும் சிறப்பும்கொண்ட அய்யண அம்பலம் தனது படைசூழ நகர்வலம் வரும் போதுதான், கருப்புத்துரை, தலையில் கஞ்சிக் கலயமும், தோல் அழுக்கு மூட்டையுமாக மேலக்குடி தெருவைக் கடக்கையில், மதிப்பும் மரியாதையும் இல்லாத வகையில் நடுத்தெருவில் முறைத்துக் கொண்டு நின்றான். அசிங்கமான பிராணியைப் பார்ப்பது மாதிரி அம்பலத்தைப் பார்த்தான். அய்யண அம்பலத்துக்கு எரிச்சல் மூண்டது.

'தாயழி! வண்ணாரப் பெயலுக்கு இருக்க திமிரைப் பாத்தியா?" என்று தனக்குள்ளேயே கறுவிக்கொண்ட அய்யண அம்பலம், கண்ணெல்லாம் கொவ்வைப் பழமாகச் சிவந்து போக, தனது அடியாட்களை முறைத்துப் பார்த்துவிட்டு அப்பால் போனான். அவ்வளவுதான் அடுத்த கணமே,

"வக்கா... தீட்டுத்துணி எடுக்கற பயபுள்ளைக்குத் தெனாவட்டைப் பாரு" என்று தெருக் கோடியினின்றும் கூச்சல்

எழுந்தது. கூச்சலைத் தொடர்ந்து, கவணிலிருந்து கிளம்பியது போல் கற்களும், கட்டிகளுமாகச் சரமாரியான அஸ்திரங்களாகக் கருப்புத்துரை மீது வந்து விழுந்தன. கஞ்சிக்கலயம் உடைந்து சிறிது கூழும் நீச்சத் தண்ணீரும் அருவியாக அவனை அபிஷேகம் செய்தன. கற்கள் பட்ட இடமெல்லாம் உதிரப் பெருக்கு. கல்லும் கட்டியும் கிடைக்காதவர்கள் பழஞ்செருப்பையும் கட்டை விளக்குமாற்றையும் அஸ்திரங்களாகப் பயன்படுத்தினார்கள்.

வலி பொறுக்கமாட்டாமல் கருப்புத்துரை, "ஏண்டா பொட்டப் பயலுவளா, எதுக்குடா எம்மேலே கல்லை உட்டு எறியறீங்க. நான் என்ன ஒங்க ஆத்தா தாலியவா அறுத்தேன்" என்று கூட்டத்தைப் பார்த்துக் கத்துவான். அவ்வளவுதான் இதை எதிர் பார்த்தது போல் கூட்டத்திலிருந்து கூச்சல் கிளம்பும். கல்லும் கட்டியும் முன்னையை விடத்தானும் அதிகமாகவும், வேகமாகவும் அவன் மேல் வந்து விழும். சில விஷமிகள் தெரு நாய்களையும் உசுப்பி விட்டிருப்பார்கள்.

நான்கு திசையினின்றும் பாய்ந்து வரும் அஸ்திரங்களினின்றும் தன்னைப் பாதுகாத்துக்கொள்ளுவதற்காக, கரங்களையும், கால்களையும் கேடயங்களாகப் பயன்படுத்திப் பார்ப்பான். உடம்பெல்லாம் காயம் ஏற்படவும் வேறு வழியில்லாமல் தெருவைவிட்டுப் பின் வாங்கி, ஊர் மந்தைக்கு ஓடுவான். அப்போதும் அவர்கள் அவனை விடமாட்டார்கள். கால மாடசாமிக்கோவில் பீடத்துக்குப் பின்னால் மறைந்துகொள்ளப் பார்ப்பான். கூட்டம் அவனைச் சுற்றி வியூகம் அமைக்கும். கடைசியில், இரட்டை ஆலமரத்துப் பாதையைத் தாண்டி, ஊரணியையும் ஓடையையும் தாண்டி, மேற்கு முகமாக இண்டஞ் செடிகளும் விறுவட்டன் முட்புதரும், சாலி மரங்களும் முட்புதர்களும் நிறைந்த காட்டு வழியாக மலையடி வாரத்தை நோக்கி ஓட்டம் பிடிப்பான். வெறி நாயைத் துரத்துவதுபோல் கருப்புத்துரையைத் தொடர்ந்து கூச்சலும், குழப்பமும், கும்மாளமுமாக வரும் கூட்டம், 'பீ' ஓடை வரையில் வந்து, ஊருக்குத் திரும்பிப் போய்விடும். அவர்களுக்கு அவனை இப்படித் துரத்துவதில் ஒரு வெறி, ஒருவித மகிழ்ச்சி.

இவற்றையெல்லாம் கவனிக்காமல், குதிகால் பிடரியை இடறும் அளவுக்கு வேகமாக உயிரைக் கையில் பிடித்துக் கொண்டு ஓடிக்கொண்டிருக்கும் கருப்புத்துரை, தீப்பாய்ந்த

அம்மன் கோவிலைத் தாண்டி, மலையடிவாரத்தில் சிதிலமடைந்த நிலையில் குட்டிச்சுவராக நிற்கும் சித்தர் மண்டபம் வந்தடைந்த பிறகுதான் ஓட்டத்தை நிறுத்துவான். யாராவது பின் தொடருகிறார்களா என்று திரும்பிப் பார்ப்பான். கண்ணுக் கெட்டிய தூரம்வரை கானல் தென்படும்.

“கொள்ளையிலே போற பயலுவ அப்படி நான் என்ன குத்தம், ‘டா’ பண்ணிப் போட்டன், வேட்டையாடற மாதிரி என்னெய வெரட்டறீங்களே. கல்லாலேயும் கட்டியாலேயும் எறியறீங்களே! படாத எடத்திலே பட்டு நான் செத்துப் போனா ஒங்க ஆத்தாளும் அப்பனுமா வந்து பதில் சொல்லப் போறாவ. நீங்க அல்லாம் நாசமாத்தான் போவீங்க. இந்த ஊர் வெளங்காது.”

ஊரை நோக்கி நின்று மண்ணை வாரி இறைத்து சிருங்கார புரியையும், மக்களையும் சபிப்பான். ஊர் மக்களின் தாக்குதலில் இருந்து தப்பித்துக் கொள்வதற்காக, சித்தர் மண்டபத்தில் கருவறைக்குள் போவான். அதற்குப் பிறகுதான் கருப்புத்துரைக்கு உடம்பில் ஏற்பட்டிருக்கும் விழுப்புண்கள் பற்றிய நினைப்பு வரும். உடம்பில் வலி ஏற்படும். தரையில் உட்கார்ந்து, பொடி மண்ணையும், மணலையும் அள்ளித் தெளித்து உதிரம் வடியும் இடங்களில் எல்லாம் பூசிக்கொள்வான். மண்பட்ட இடங்களில் எல்லாம் மிளகாய்ப் பொடியை அப்பியமாதிரியான எரிச்சலும் வேதனையும் ஏற்படும்.

உடம்பில் ஏற்படும் வேதனையையும் எரிச்சலையும் மறப்பதற்காக வேண்டி, யார் யார்-எந்த எந்த ஆயுதத்தால், குறிப்பிட்ட காயத்தை உண்டு பண்ணியிருக்க முடியும் என்கிற ஆராய்ச்சியில் ஈடுபட முற்படுவான். நினைவு பிசகி அடையாளம் கண்டுகொள்ள முடியாமல் திணறிப் போவான். ஆய்வின் முடிவில் வேதனைதான் மிஞ்சும். வேதனையைத் தாங்க முடியாமல் அப்படியே தரையில் சாய்ந்துவிடுவான். தரையில் படுத்துக்கிடந்தபடியே உச்சிப் போதைத் தாண்டி, மேற்குத் திக்கை நோக்கிப் பயணமாகும் சூரியனையும், ஆலமர இலைகளையும், கிளைகளையும் ஊடுருவித் தரையில் படரும் சூரிய ஒளியையும் மாறி மாறிப் பார்த்த வண்ணம் படுத்துக்கிடப்பான்.

மனித நடமாட்டம் ஏற்பட்டு தனது தனிமை குலைக்கப் பட்டதால் மிரண்டுபோன பச்சோந்தி, ஆலமரக்கிளையை விட்டு

இறங்கி, குட்டிச்சுவர் மேல் ஏறி நின்று உடலை வளைத்து, தலையை மட்டும் உயர்த்தி உயர்த்தி அவனைப் பார்க்கும். ஓணான்கூட தன்னைக் கேலி பண்ணுவதாகவும் ஏளனமாகப் பார்ப்பதாகவும் கருப்புத்துரைக்கு மட்டும் உள்ளூரக் கோபம் ஏற்படும்.

"வேசை முண்டே! என்னைய பாத்தா ஒனக்கும் எளப்பமாய் படுதோவ்? ஏடாசியா பண்றே மூதேவி. ஜமீன் மட்டும் என் கைக்கு வரட்டும் உங்களை அல்லாம் அழிச்சுக்கட்டிட்டுத்தான் மறு சோலி" என்று ஓணானை வைதபடியே கையில் கிடக்கும் வெள்ளைக் கல்லை எடுத்து ஓணானைப் பார்த்து வீசுவான். ஓணான், லாவகமாக உடம்பை வளைத்து தலையை ஒருபக்கமாகச் சாய்த்து சுவரோடுச் சுவராகப் பம்மி தன்னைத் தப்புவித்துக்கொண்டு, ஆலமரத்துக் கிளைக்குத் தாவி, தன் நிறத்தை மாற்றிக்கொண்டு கருப்புத்துரையைப் பரிதாபமாகப் பார்க்கும். ஓணானைப் பார்த்தபடியே உட்கார்ந்திருக்கும் கருப்புத்துரைக்கு ஓணான் மீது கருணை ஏற்படும். அந்தக் கருணை உள்ளூற வியாபித்து, தன்மீது கல்லையும் கட்டிகளையும் எறிந்து காயப்படுத்தியவர்கள்பால் படியும். தன் மீது கல்லையும் மண்கட்டிகளையும் செருப்பையும் வீசியவர்கள் எல்லோரும் தனது குடிபடைகள். தான் சிருங்காபுரி ஜமீன் என்கிற கற்பனையில் லயித்துப் போவான்.

"பாவம், தெரியாமச் செய்யறவங்க, நம்மளோட ஜமீன் மக்கள். நம்மளத் தவிர்த்து அவங்க செய்யற குத்தம் குறைகளை மன்னிக்க வேறு யார் இருக்கா?" என்று தனக்குள்ளேயே சொல்லிக்கொள்ளுவான். இன்று தன்னைக் கல்லெறிந்து காயப்படுத்தியவர்கள், காலம் கனியும்போது, தன்னை ஜமீன் வம்சத்து வாரிசு என்று அறிந்ததும் தன்னைப் பட்டுப்பீதாம்பரம் போர்த்தி வாசம் மிகு மலர்களால் அர்ச்சிக்கப் போகிறார்கள் என்கிற கற்பனையில் மிதப்பான். இவ்வாறு, தனக்கு ஏற்பட்ட தோல்விகளையும், அவமானங்களையும், அனுபவிக்கும் துன்பங்களையும், மானசீகமாக, வெற்றியாக மாற்றிக்கொள்ளும் மனப்பக்குவத்தை கருப்புத்துரை நாளாவட்டத்தில் வளர்த்துக் கொண்டிருந்தான். இப்படியாக கற்பனையில் அமிழ்ந்து போவதால், அவனை அறியாமலேயே கருப்புத்துரைக்கு ஒருவிதமான நிறைவு ஏற்படும்.

தனக்கேற்பட்ட காயங்களையும், அவமானத்தையும், மறப்பதற்காக மானசீகமாக எவ்வளவுதான் கற்பனை பண்ணிக்கொண்ட போதும், இயற்கையாக உடம்பில் ஏற்படும் உபாதையையும், வேதனையையும் மறக்க முடியாமல் போய்விடும். நேரம் ஆக ஆக உடம்பில் ஏற்பட்டிருக்கும் ரணங்களில் வேதனை அதிகப்படும். உலைக்களத்தில் போட்டு வறுத்து எடுப்பது போன்ற வேதனையும், வாதனையும் அவனை வாட்டி எடுக்கும்.

சூரியன் மேற்கே மலைக்குள் விழுந்ததும், மாலை மயங்கும் வேளையில், மலையினின்றும் ஊதைக் காற்று வேறு வீச ஆரம்பித்துவிடும். சில்லென்ற ஊதைக் காற்று அவன் உடம்பை வருடும்போது உடம்பு ஓடிப் புல்லரிக்கும். உடம்பெல்லாம் உஷ்ணம் ஏற்பட்டு, ஜன்னி பிறந்து உடம்பு, வெடவெடத்துத் துடிக்கும். குளிரின் உக்கிரத்தையும், ஜன்னியின் வேகத்தையும் தாங்கிக்கொள்ள மாட்டாமல் கருப்புத்துரை கையதுகொண்டு மெய்யது போர்த்தி, காலதுகொண்டு மேலது தழுவி, ஆயிரம்கால் பூச்சியாகச் சுருண்டு கிடப்பான். கருப்புத்துரைக்குத் தன் பிறவி பற்றி வெறுப்பும் வேதனையும் ஏற்படும். தன்னையே வைதுகொள்ளுவான். அவனுள் ஏற்படும் கோபமும், வெறுப்பும் இந்தப் பூமியில் தன்னை ஈன்றெடுத்து அனாதையாக விட்டு விட்டுப் போன அன்னையின் பால் திரும்பும்.

“மூதேவிக்குப் பொறந்த பய மவளே! என்னைய ஏண்டீ பெத்துப்போட்டே. இந்தப் பாதரவை எல்லாம் நான் அனுபவிக்க வேணும்ன்னு என்னெய இந்தப் பூமியிலே பெத்துப் போட்டுட்டுச் செத்துப் போனியா? நீதான் செத்துத் தொலைஞ்சயே, சாவுறதுக்கு, முன்னாடியே என்னெயவும் கொன்னுப் போட்டுட்டு ஒன்னோட கூட்டிட்டும் போயிருக்கப் படாதா? என்னைய இப்படி தவிக்க உட்டுட்டுப் போயிட்டையே ஆத்தா!” கண்ணீர் மல்க தன்னை இந்தப் பூவுலகில் பிரசவித்த இளையராணி வேலுநாச்சியாரை வைது தீர்ப்பான். கடைசியில் உடல் அசதியாலும், ஜுரத்தின் உக்கிரத்தாலும் துவண்டுபோய்க் கிடக்கும் கருப்புத்துரையை நித்திரை ஆட்கொண்டுவிடும். அவன் மூளை மட்டும் புண்பட்ட உடலுக்கும், உள்ளத்துக்கும், சாந்தமும், சந்துஷ்டியும் உண்டு பண்ணும் வகையிலான இனிய கனவை அவனுக்காக உருவாக்கி வைத்திருக்கும்.

கருப்புத்துரையின் கனவில் அவன் பார்த்த அவனது பார்வையில் தென்பட்ட அழகான, அமைதியான பெண்களின் ஒட்டுமொத்த உருவமாக, விலை உயர்ந்த ஆபரணங்களையும் உடைகளையும் அணிந்து, அவனைப் பெற்ற தாய் வேலுநாச்சியார், வருவாள். வானத்தினின்றும் பூமியின் அகம் குளிர வைக்கும். காலை நேரத்துப் பனியைப் போன்று சுவர்க்கத்தில் இருந்து சித்தர் மண்டபத்தில் வந்து இறங்குவாள். பல்லக்கில் வந்திறங்கும் வேலுநாச்சியார், கட்டாந்தரையில் மிருகத்தையும்விடத் தானும் கேவலமான நிலைமையில் காய்ச்சலாலும், ஜன்னியாலும் வேதனைப்பட்டுக் கிடக்கும் தனது பாலகனை மடியில் கிடத்தி முத்தம் கொடுப்பாள். துக்கம் நிறைந்த அவனது வேதனை நிறைந்த வாழ்க்கையைக் கண்டு மனம் கசந்து மௌனமாகக் கண்ணீர் வடிப்பாள். உச்சி மோந்து மகனை உள்ளங்கையில் ஏந்தி ஆசையோடு மார்போடு அணைத்துக் கொள்வாள். அவனது உள்ளமும் உடலும் சிலிர்த்துப் போகும்.

திடீரென்று, அவன் ஆசைப்படும் பண்டங்களும், பழவகைகளும் அவன் முன்னால் குவிந்து கிடக்கும். அவனுக்குப் பிரியமான பொருட்களை எடுத்து வேலுநாச்சியார் புசிக்கக் கொடுப்பாள். கருப்புத்துரைக்குப் பசியெல்லாம் பறந்து போகும். புசிக்கக்கூடத் தோன்றாது. வேலுநாச்சியார் மகனை மார்போடு அணைத்தபடியே தனது சயன அறைக்கு அழைத்துப் போவாள். பஞ்சணை மெத்தையில் சயனிக்க வைத்து, அவனுக்காக இனிய தாலாட்டுக்களைப் பாடுவாள். வானத்துப் பறவைகளும், கானகத்துக் குயில்களும், வண்டினங்களும் வேலுநாச்சியாருடன் சேர்ந்து அவனுக்காக இசை பாடும். மயில்கள்கூட நர்த்தனமாடும். காட்டாற்று வெள்ளத்தின் ஓசைகூட தாள லயத்துடன் கேட்கும்.

கருப்புத்துரை தன்னை மறந்து நித்திரையில் ஆழ்ந்து போவான்.

3

மறுநாள்

சித்தர் மண்டபத்தில் ஈனப்பேச்சியின் குரல் எதிரொலிக்கும். அவளது குரலைக் கேட்டதும் இடியோசை கேட்ட நாகம் போல் கருப்புத்துரை பதைபதைத்துப் போய் கண் மலருவான். இரவில் கண்ட கனவெல்லாம் அவனுக்கு மறந்து போகும்.

ஈனப்பேச்சி என்றால் கருப்புத்துரைக்குச் சிம்ம சொப்பனம். தாடகை போன்ற தேக அமைப்பும், மலைகளை ஒத்த தனக்கட்டுமாகப் பார்த்தாலே பயம் தட்டக்கூடிய உருவம். ஈனப்பேச்சி நடந்தாள் என்றால் பூமி அதிரும், தூசி பறக்கும். வாய் திறந்தாள் என்றால் தூஷணமான வார்த்தைகள் அருவியாகக் கொட்டும். அனல் பறக்கும்.

ஊசக் குமரிக்குத் தெரியும் ஊர்க் காட்டு ரகசியம் என்பதுபோல், ஈனப்பேச்சிக்குத் தெரியாத ரகசிய உறவுகள் ஏதும் சிருங்காரபுரியில் இருக்க முடியாது. எந்தப் பெண் எந்த ஆணுடன் முறைகேடான உறவு வைத்திருக்கிறாள் என்கிற ரகசியங்கள் எல்லாம் ஈனப்பேச்சிக்கு அத்துப்படி. எனவே, தீட்டுப்பட்ட ஈனப் பிறவி என்று எந்தப் பெண்ணும் பேச்சியுடன் பேச்சு வைத்துக் கொள்ள முடியாது. அப்படி யாராவது அவளைக் கேவலமாகப் பேசிவிட்டார்கள் என்றால் போதும். வாய் நாறும் ஊத்தை வார்த்தைகளால் திட்டி, நண்டுக் குடுவையை நடுவீதியில் போட்டு உடைத்தது மாதிரி அந்தப் பெண்ணின் கேடு கெட்ட வாழ்க்கையின் ரகசியங்களையெல்லாம் அம்பலப்படுத்திப் போடுவாள். அதற்குப் பிறகு அந்தப் பெண் ஊருக்குள், மான ஈனத்தோடு நடமாட முடியாது. தலையை மொட்டையடித்துக் கொண்டு தேசாந்திரம் போய்விட வேண்டியதுதான்.

பெண்கள் விஷயத்தில்தான் அப்படியென்றால், அவள் அறுதலியாக இருக்கிறாளே என்று எந்த ஆணும் அவளை

நெருங்கிட முடியாது. அந்த விஷயத்தில் மட்டும் ஈனப்பேச்சி நெருப்பு மாதிரி. எட்டுப்பட்டி சுந்தரத்தேவன், நாட்டாண்மை என்கிற தோரணையில், ஈனப்பேச்சியின் கையைப் பிடித்து சம்போகத்துக்கு இழுத்தபோது, ஈனப்பேச்சி வாய் திறக்கவில்லை. அவள் கைதான் பேசியது. ஆஜானுபாகுவான அந்த மனிதனது குடுமியைப் பிடித்துத் தலையை மடக்கித் தனது தொடைகளுக்கு நடுவில் இறுக்கிக்கொண்டாள். சுந்தரத்தேவன் மூச்சுத்திணறி உயிருக்காக மன்றாடிக் கூச்சல் போட்டதில் ஊரே கூடிப் போயிற்று.

"எளிய சாதின்னா ஒங்களுக்கு அல்லாம் எளப்பமாப் போச்சுதோவ். வாங்கடான்னு நாங்கல்லாம் தொறந்து வைச்சுட்டா நிக்கம், எச்சி எலைக்கு அலையற நாயாட்டம் நாக்கைத் தொங்கப் போட்டுட்டு அலையறானுவ. எங்களுக்கும், மானம் ஈனம் எல்லாம் இருக்குது" என்று எச்சரித்த பின்புதான் பிடியைத் தளர்த்தலானாள். அன்றைக்கு ஊரைவிட்டுப் போன சுந்தரத்தேவன் இதுநாள் வரையில் ஊர் திரும்பவில்லை.

போத்திராசு வெண்ணாற்று வெள்ளத்தில் அடித்துச் செல்லப்பட்ட பிறகு அவள் செய்த ஒரே ஒரு நல்ல காரியம், தன் கணவனின் நினைவாக கருப்புத்துரையை வளர்த்து வாலிபனாக்கிய ஒன்றுதான். அவனிடத்தில் ஈனப்பேச்சி எவ்வளவு சண்டாளத் தனமாக நடந்துகொண்ட போதும், அவன் மீது உயிரையே வைத்திருந்தாள். ஒரு நாளைக்கு அவனைக் காணவில்லை என்றால் அவளுக்குத் தூக்கம் பிடிக்காது.

கருப்புத்துரையை வளர்த்து வாலிபனாக்கியது அவளுக்குப் பெருமை சேர்க்கவில்லை என்ற போதிலும், அவள் நினைத்தபடி ஜமீன் சொத்து கருப்புத்துரைக்குக் கிடைக்கவில்லை என்ற போதிலும், அவள் வேலையை அவன் கைமாற்றிக் கொள்ளுகிறான். ஊருக்குள் போய், தெருத்தெருவாக அலைந்து, முறைக்கஞ்சியும், அழுக்கு மூட்டைகளையும் அள்ளிக்கொண்டு வந்துவிடுகிறான். அவளுக்குப் பிரியமான பஞ்சகல்யாணிக் கழுதையுடன் சேர்ந்து துறைக்குப் போய் துணிமணிகளை வெளுத்துக்கொண்டு வந்து விநியோகம் செய்துவிடுகிறான். இவையெல்லாம் ஈனப்பேச்சிக்கு மகிழ்ச்சி தருகின்ற விஷயங்கள்.

இவ்வளவு இருந்தும், சில சமயங்களில் அவனுள் விஸ்வரூபம் எடுக்கும் முரட்டு சுபாவம்தான் அவளுக்குப்

பிடிபடாத விஷயமாக இருந்தது. மேல் ஜாதிக்காரர்களைக் கண்டால் அதிலும் அய்யண அம்பலத்தைக் கண்டாலே, கோட்டி பிடித்த மாதிரி நடந்துகொள்ளுகிறான். செறுத்துக்கொண்டு நிற்பதும், ஏசுவதும் அதன் காரணமாக ஏற்படும் கலவரத்தில் அவளையும் பஞ்சகல்யாணிக் கழுதையையும் பரிதவிக்க விட்டு விட்டு, எங்காவது ஓடி மறைந்துவிடுவதும் அவளால் புரிந்துகொள்ள முடியாத ஒன்றாக இருந்தது. பிறகு அவனைத் தேடி ஈனப்பேச்சி ஊர் ஊராக அலைந்து பிடித்துக்கொண்டுவர வேண்டியதாக இருக்கிறது. இதன் காரணமாக கோபம் ஏற்படும். அப்போதெல்லாம் கையில் கிடைப்பதை எடுத்து நாயை அடிப்பதுபோல் அடித்துப் போட்டுவிடுவாள். இவ்வளவும் நடந்து முடிந்ததற்குப் பிறகுதான், ஈனப்பேச்சிக்கு அவன்பால் கருணை பிறக்கும். வருத்தப்பட்டுக்கொள்வாள்.

அன்றும் ஊரைப் பகைத்துக்கொண்டு ஓடிய கருப்புத்துரை காணாமல் போகவே, வேனாய் பறக்கும் வெயிலில் காடு மேடெல்லாம் தேடியலைந்து, துப்புத் துலக்கிக் கடைசியில் அவன் வழக்கம்போல் சித்தர் மண்டபத்தில் ஓய்வெடுத்துக் கொண்டிருக்கிறான் என்பதைக் கண்டறிந்தபோது, சிரசு முட்டக் கோபம் ஏற்பட்டது. ஒரேயடியாக அடித்துக் கொன்று போட்டுவிடவேண்டும் என்கிற முடிவோடு, பச்சைப் பனைமட்டை சகிதம் சித்தர் மண்டபத்துக்கு வந்து சேர்ந்தாள்; கருப்புத்துரையின் பெயரைச் சொல்லிக் கூச்சல் போட்டாள்.

ஈனப்பேச்சியின் கொச்சை வார்த்தைகள் நிறைந்த திருப்பள்ளி எழுச்சி வசை மொழிகளைக் கேட்டுப் பதறி எழுந்த கருப்புத்துரை, அவள் கையில் இருக்கும் பச்சைப் பனை மட்டையைக் கண்ணுற்றதும் திகிலடைந்து போனான். பச்சைப் பனைமட்டையின் இருபக்கங்களிலும் இருக்கும் கருக்கு, நாவிதனின் கூர்மை மிக்க சவரக் கத்தியையும்விடத் தானும் கூர்மையானது, கொடுங்காயங்களை ஏற்படுத்தக்கூடியது என்பது அனுபவப்பூர்வமாக அவன் கண்டறிந்த உண்மை. ஈனப்பேச்சிக்குக் கோபம் வந்தது என்றால் என்ன செய்கிறோம், ஏது செய்கிறோம் என்பதுகூடத் தெரியாமல் சண்டாளத்தனமாக அடித்துப்போடுவாள், விளைவுகளைப் பற்றியெல்லாம் கவலைப்படமாட்டாள்.

“தேவுடியா பெத்த மவனே. ஒன்னெய நான் எங்கே யெல்லாம் தேடி அலையுறேன். நீ இங்ஙன வந்து தூங்கவா

செய்யறே. துறைக்குப் போறது ஆரு, அல்லா வேலையயும் ஒங்கொப்பனும் பாட்டனுமா வந்து பாக்கப் போறான்?"

என்று திட்டியவண்ணம், படைவீரன் வாளை யுத்தக் களத்தில் சுழற்றுவதுபோல் பச்சை மட்டையை வீசிக்கொண்டு கருப்புத்துரையை நோக்கிப் பாய்ந்தாள். கருப்புதுரையைத் தாக்கும்போது மிகவும் ஜாக்கிரதையாகவும், முன்னெச்சரிக்கை யுடனும் தாக்கவேண்டும். தப்பித்தவறி, கவனக்குறைவால் ஈனப்பேச்சி கையில் இருக்கும் ஆயுதம் கருப்புத்துரையின் கைக்கு மாறிவிட்டதென்றால், அவள் பாடு திண்டாட்டம். கண்மண் தெரியாமல் திருப்பித் தாக்க ஆரம்பித்துவிடுவான். அவள் மயங்கிக் கீழே விழும்வரையில் தாக்குதலை நிறுத்தமாட்டான். எனவே, அத்தகைய அப்படிப்பட்ட பின்னடைவுகள் ஏற்படாத வகையில் முன் கருதலுடன் ஈனப்பேச்சி கருப்புத்துரையைத் தாக்க முற்பட்டாள்.

ஈனப்பேச்சி பச்சைக் கருக்கு மட்டையுடன் தாக்க வருவதைக் கண்டதும், பாதுகாப்பு உணர்வால் உந்தப்பட்ட கருப்புத்துரை, அவளது தாக்குதலினின்றும் லாவகமாகப் பின்வாங்கி, எதிர்த்துப் போராடத் தயாராவதேபோல், சிலம்பாட்டக்காரனைப் போல கைகளையும், கால்களையும் வீசி எகிறிப் பாய்ந்தான். அவனது பாய்ச்சலுக்கும், வேகத்துக்கும் ஈடு கொடுக்க முடியாத ஈனப்பேச்சி இடறிக் கீழே விழுந்தாள். பூதகியை ஒத்த சரீர வாகுகொண்ட ஈனப்பேச்சி கீழே விழுந்தாள் என்றால், ஆனை வண்டை மலர்த்திப் போட்ட கதிதான். அவள் உடம்பைத் திருப்பி, கால்களை மடக்கி எழுந்து நிற்பதற்கே வெகு நேரம் பிடிக்கும். அந்தச் சந்தர்ப்பத்தைச் சாதகமாகப் பயன்படுத்திக் கொண்ட கருப்புத்துரை தப்பித்தோம் பிழைத்தோம் என்று தீப்பாய்ந்த அம்மன் கோவிலைத் தாண்டி, ஊர் இருக்கும் திசையை நோக்கி ஓட்டம் பிடித்தான். இப்படி ஓட ஆரம்பித்தான் என்றால், கருப்புத்துரை என்ன நடக்கிறது, ஏது நடக்கிறது என்பது மட்டுமல்ல, எதிரே என்ன வருகிறது என்றுகூடப் பார்க்கமாட்டான். மதம்பிடித்த யானை எதிரில் வந்தால்கூட கண்டுகொள்ளாமல், ஓடையைத் தாண்டி ஊர் மந்தையையும் தாண்டி 'வண்ணாக்குடி' வந்தால்தான் ஓட்டத்தை நிறுத்துவான். ஈனப்பேச்சியும் சிரமப்பட்டு எழுந்து, உடம்பைத் தூக்க முடியாமல் தாங்கிக்கொண்டு, மூச்சுத் திணற,

கருப்புத்துரையை வைது தீர்த்த வண்ணம் தன் குடியிருப்பான குட்டிச்சுவரும், கட்டை மண்ணுமாக நிற்கும் குடிசைக்கு வந்து சேருவாள்.

கருப்புத்துரை 'வண்ணாக்குடியில்' வெள்ளாவி அடுப்புக் கருகில் வந்துவிட்டான் என்றால் ஈனப்பேச்சிக்குக் கோப மெல்லாம் பறந்துபோகும். களைத்துப் போவாள். நாடி ஒடுங்கியதுபோல் முந்தானையை விரித்துத் தரையில் படுத்து விடுவாள். அதற்குப் பிறகு, கருப்புத்துரை, அழுக்கு மூட்டையுடன், துணி வெளுக்க வெண்ணாற்றுத் துறைக்குக் கிளம்பிய பிறகுதான் முறைக்கஞ்சி வாங்குவதற்கு ஊருக்குள் போவாள்.

வண்ணாக்குடியில், கருப்புத்துரையின் வரவுக்காக யுக யுகாந்திரமாகத் தவமிருப்பதேபோல், குட்டிச்சுவரை ஒட்டி, தலையைத் தொங்கப்போட்ட வண்ணம் நிஷ்டையில் நின்றிருக்கும் பஞ்சகல்யாணிக் கழுதைக்கு கருப்புத்துரையின் வாசனை தென்பட்டதுமே, குஷி பிறந்துவிடும். பின்னங் கால்களை உதறி, முனிசிபாலிட்டி சங்கு ஓலமிடுவது போல் கத்திக்கொண்டு, வெள்ளாவி அடுப்பையும், கருப்புத் துரையையும் சுற்றிச் சுற்றி ஓடும். பிறகு மீளாத துக்கத்தில் அமிழ்ந்து விட்டதுபோல் தலையைத் தொங்கப்போட்ட வண்ணம் மௌனத்தில் ஆழ்ந்து போகும்.

பஞ்சகல்யாணிக் கழுதை வாய்திறந்து மட்டும் பேசாதே ஒழிய, மனிதனையும் மிஞ்சும் தந்திர உபாயங்கள், சாகசங்கள் அத்தனையும் புரியக் கூடிய சாதுரியமிக்க புத்திக் கூர்மை கொண்ட மிருகம். அதாவது, கருப்புத்துரையை எப்படி ஏமாற்றுவது, தன் வழிக்குக் கொண்டுவருவது என்கிற உபாயங்களை எல்லாம் தெரிந்து வைத்திருக்கும். கருப்புத்துரை, வெள்ளாவித்துணிகளையும், அழுக்கு மூட்டைகளையும் கட்டிச் சரி செய்து, துறைக்குப் போவதற்கான ஏற்பாடுகளைச் செய்ய முற்படுவான் என்றால், கழுதையின் பின்னங்கால்கள் இரண்டையும் கொச்சைக் கயிற்றால் பிணைத்துக் கட்டிவிடுவான். கழுதை மூன்று காலில் நின்றுகொண்டிருக்கும். கழுதையும், அப்பாவியாக, ஒன்றும் புரியாத பாவனையாக நின்றிருக்கும். கடைக்கண் பார்வையில் நடப்பவை அனைத்தையும் உன்னிப்பாகக் கண்காணித்த வண்ணம் நின்றிருக்கும்.

முதல் மூட்டை முதுகில் ஏற்றப்பட்டதும் முன்னங்கால்கள் இரண்டையும் அகல விரித்த வண்ணம் முதுகை வளைத்துக் கொண்டு நிற்கும். கழுதை தப்பி ஓடுவதற்கு முயற்சி செய்யாது என்று உறுதி செய்துகொண்டு கருப்புத்துரை பின்னங்கால்களின் கட்டை அவிழ்த்துவிடுவான். கழுதை பின்னங்கால்களை உதறி சோம்பல் முறித்துக்கொள்ளும். ஆற்றங்கரையை நோக்கிப் பயணப்படுவது போல் பாவனை செய்யும். இதுதான் தக்க தருணம் என்று கருதும் கருப்புத்துரை, மேலும் இரண்டு அழுக்கு மூட்டைகளைக் கழுதையின் முதுகில் ஏற்றுவான். அவ்வளவுதான், பஞ்சகல்யாணி பாரம் தாங்கமாட்டாமல் திணறுவதுபோல் அங்கும் இங்கும் அசையும், பிறகு முன்னங்கால்களை மடக்கி, பின்னங்கால்களை அகல விரித்து சாஷ்டாங்கமாகத் தரையில் சாய்ந்துவிடும். பஞ்சகல்யாணி பூமியில் படுத்துவிட்டது என்றால், ராவணன் சிவலிங்கத்தை மணற் பரப்பில் வைத்த கதிதான். கருப்புத்துரை என்ன சாகசம் செய்தாலும் தரையை விட்டு எழுந்திரிக்காது.

ஒட்டகத்திற்கு விளக்குமாத்துக் குச்சியைக் காட்டுவதுபோல், அதன் பார்வைக்குப் படுகிற மாதிரி, இரண்டு அழுக்கு மூட்டைகளை எடுத்து கழுதையின் முகத்துக்கு முன்னால் கொண்டுபோடுவான். பஞ்சகல்யாணி இதையெல்லாம் கண்டு கொள்ளாது. உடம்பெல்லாம் வருடி கிச்சு கிச்சு மூட்டிப் பார்ப்பான். கழுதையை எழுந்து நிற்க வைப்பதற்காக வேண்டி தனக்குத் தெரிந்த உபாயங்களையெல்லாம் பிரயோகித்துப் பார்ப்பான். எதற்குமே பஞ்சகல்யாணி அசைந்து கொடுக்காது. எனவே கருப்புத்துரை, தனது கடைசி அஸ்திரத்தைப் பயன்படுத்துவான். அதாவது தரையோடு தரையாகப் படுத்து, கழுதையின் குட்டை வாலைப் பிடித்து, பல்லால் தன் பலம்கொண்ட மட்டும் கடித்துக் காயப்படுத்த ஆரம்பிப்பான். வலி பொறுக்க மாட்டாமல் எழுந்து நிற்கும் பஞ்சகல்யாணிக்கு ரோஷம் பிறந்துவிடும். திடீர் என்று தனது பின்னங்கால்கள் இரண்டையும் ஆகாயத்தில் உயர்த்தி மின்னல் வெட்டுகிறமாதிரி உதைக்க ஆரம்பிக்கும். கழுதையின் உக்கிரமான உதையை எதிர் பார்த்து, எச்சரிக்கையுடன் நின்றிருக்கும் கருப்புத்துரை, கழுதையின் பின்னங்கால்கள் இரண்டையும் லாவகமாகப் பிடித்துக்கொள்வான்.

"அடியேய், இந்த கருப்புத்துரையை ஏமாத்திர முடியாதுவ்ளா! நான் ஜமீன் வம்சமாக்கும்" என்று கூச்சல்போட்டு, தனது இடது காலாலும் வலது காலாலும் பலத்தையெல்லாம் கூட்டி கழுதையின் அடிவயிற்றைப் பார்த்து உதைப்பான். உதையின் உக்கிரத்தைத் தாங்கிக்கொள்ள முடியாமல் மூச்சுத் திணறிப் போன பஞ்சகல்யாணி, அழுக்கு மூட்டைகளுடன் ஓடவாரம்பிக்கும். கருப்புத்துரை மீதமிருக்கும் மூட்டைகளைத் தலையில் சுமந்தவண்ணம் பஞ்சகல்யாணியைத் தொடர்ந்து ஓடுவான். இவ்வளவையும் தலைசாய்ந்த வண்ணம் பார்த்துக் கொண்டிருக்கும் ஈனப்பேச்சி, ஊருக்குள் போவதற்குக் கஞ்சிக் கலயத்துடன் தயாராவாள்.

பஞ்சகல்யாணியின் பதற்றம் கலந்த ஓட்டமும் நடையும் ஊர் மந்தை வரும்வரையில்தான். ஊர் மந்தையை வந்தடைந்ததும், குறுக்கும், நெடுக்குமாகப் போய்க்கொண்டிருக்கும் மனிதர்களையும், மிருகங்களையும் கண்டு மிரண்டுவிட்டது போல், புழுதியைக் கிளப்பிக்கொண்டு மந்தையின் நாலாபக்கமும் வெறிபிடித்த மட்டில் ஓடத்தொடங்கும். கழுதையை வழிக்குக் கொண்டுவரத் தலையிலும், முதுகிலும் அழுக்கு மூட்டைகளைச் சுமந்தவண்ணம் கருப்புத்துரை, கழுதையைத் தொடர்ந்து ஓடிக்கொண்டிருப்பான்.

வெருண்ட மட்டில் ஓடிக்கொண்டிருக்கும் கழுதையைக் கண்டு, மந்தையில் நிற்கும் நாய்களுக்கும் வெறி பிறந்துவிடும். நாய்கள் கூட்டமாக நின்று உயிரே போய்விடுகிற மாதிரி குரைப்பதுடன், கழுதையை மறித்தும், விரட்டியும், கடிக்க வருகிற மாதிரி மிரட்ட ஆரம்பிக்கவும், நாய்களுக்கு மத்தியில் கழுதை தட்டாமாலை ஆடி, திடீர் என்று நான்கு கால்களையும் விரித்துச் செத்துவிட்ட மாதிரி மல்லாந்து விழுந்துவிடும். கண்களை மூடிக்கொண்டு மூச்சுப் பேச்சற்றுக் கிடக்கும். அதற்குப் பிறகு, பஞ்சகல்யாணியை உசுப்பி மூட்டைகளைச் சுமக்க வைப்பது என்பது முடியாத காரியம். ஊர் மக்கள் வேறு கூடி நின்று கருப்புத்துரையைத் திட்ட ஆரம்பித்துவிடுவார்கள்.

கழுதையிடம் தோற்றுப்போன கருப்புத்துரை வேறு வழியில்லாமல், மந்தையில் சிதறிக் கிடக்கும் வெள்ளாவித் துணிகளையும், அழுக்கு மூட்டைகளையும் கட்டி, பொதிக் கழுதையாகத் தன் தலையிலும் முதுகிலும் ஏற்றிக்கொண்டு

வெண்ணாற்றங்கரையை நோக்கி நடப்பான். கருப்புத்துரையின் நடவடிக்கைகளை ஞானதிருஷ்டியால் தெரிந்துகொள்ளும் சாமியார் மாதிரி, கண்ணை மூடியபடியே கவனித்துக் கொண்டிருக்கும் பஞ்சகல்யாணி, கால்களை உதறிச் சுளுக்கெடுத்த மாதிரி துள்ளி எழும். பிறகு புத்துயிர்ப்பெய்திய மாதிரி, வாலைச் சுழற்றிய வண்ணம் ராஜ கம்பீரமாக கருப்புத்துரையைத் தாண்டி, அவனுக்கு வழிகாட்டிக்கொண்டு நடந்து போகும்.

"என்னெய, பாரம் சுமக்க வச்சுட்டேங்கிற தெனாவட்டா ஒனக்கு, இப்படி நடந்து போறே? இந்தப் பாரம் என்னடி, அம்பாரம் வச்சாக்கூட இந்தக் கருப்புத்துரை சலிக்காம சுமப்பான் ஆமா" என்று சவால் விட்டவாறே, குளத்தங்கரையில் நடந்து போவான்.

குளத்தங்கரையைத் தாண்டி, ஒத்தையடிப் பாதையையும் கடந்து, வயல் வரப்புக்களிலும் நடந்து போகும்போது, குளத்து நீரிலும், நந்தவனங்களிலும், தோப்புகளிலும் முகம் மலர்ந்து நிற்கும் மலர்களின் நற்சுகந்தத்தை அள்ளி வரும் காலை மென்காற்று வியர்வையால் நனைந்த கருப்புத்துரையின் மேனியை வருடிச் செல்லுகையில், தாயின் ஸ்பரிஸம் பெற்றதேபோல் உடல் சிலிர்க்கும். பச்சைப்பசேலென்று, ஆற்றுப்படுகை வரையில் பரந்து விரிந்து கிடக்கும் வயல் வெளியையும், அவற்றில் மேய்ந்து கொண்டிருக்கும் பறவையினங்களையும் பார்க்கும்போது அவனுள் ஏற்படும் உபாதை மறந்து போகும். வானுற வளர்ந்தோங்கி நிற்கும் மரச்செறிவினூடே இருந்து இசைபாடும் குயில்களின் கீதமும், புள்ளினங்களின் ஆரவாரமும், உழவர் பாட்டும், வண்டினங்களின் ரீங்காரமும் அவனுள் ஒரு இன்பலாகிரியை ஏற்படுத்தும், கருப்புத்துரை பரவசமாகிப் போவான். உள்ளூற ரம்மியமான கற்பனை ஊற்றெடுத்துப் பிரவாகமாகும்.

பஞ்சகல்யாணிக் கழுதையை தனது படைக்குதிரையாகப் பாவித்துக்கொள்ளுவான். தலையை அழுத்திக்கொண்டிருக்கும் அழுக்கு மூட்டை வைர வைடூரியங்கள் பதித்த கிரீடமாகக் கற்பனை எழும். பறவைகளின் ஓலமும், சிற்றோடைகளின் சலசலப்பும் எக்காள முழக்கமாகப்படும். சிருங்காரபுரி ஜமீன் பட்டினப் பிரவேசம் போவதாக இனிய கற்பனை அவனுள் எழும்.

கம்பீரமாகக் கரங்களை வீசியவாறே வயல் வரப்புகளிலே நடந்து போவான்.

"தெப்பத்திலே தலை முழுவி,
தேவடியா ஊட்லே ஒக்காந்து
வாரா ரய்யா சுப்பையா
வழிவிடம்மா மீனாட்சி"

என்கிற தனக்குத் தெரிந்த வரிகளை வாய்விட்டுப் பாடிய வண்ணம் வெண்ணாற்றங்கரை வரையில் நடந்து போவான்.

"சீ! மூதேவி! பட்டப் பகல்லே கூட சொப்பனமா சனியனே" என்கிற ஈனப்பேச்சியின் அதட்டலைக் கேட்டு, தனது கற்பனையினின்றும் விடுபடுவான். பஞ்சகல்யாணி ஆற்றங்கரை யோரம், நதியை மறைத்து வளர்ந்து நிற்கும் மஞ்சணத்தி மர நிழலில் ஓய்வெடுத்துக்கொண்டு நிற்கும்.

ஈனப்பேச்சி, வெள்ளாவித் துணிகளை நனையப் போட்டுவிட்டு, சினாக் காவன்னா சித்திரபுத்திரன் செட்டியார் வீட்டில் வேலை இருப்பதாகச் சொல்லிவிட்டு ஊருக்குத் திரும்பி விடுவாள்.

மாடாய் உழைக்கும் தன்மை படைத்த கருப்புத்துரை, சூரியன் உச்சி திரும்பும் வரையில் தனது கர்ணகடூரமான குரலில் ராகம் போட்டவண்ணம் ஊர் மக்கள் வெளுக்கப்போட்ட துணிகளைத் துவைத்துக்கொண்டிருப்பான். நேரம் ஆக ஆக பசி வயிற்றைப் பிசையும். பெரும் குடலைச் சிறு குடல் தின்பது போன்ற அகோரப் பசி ஏற்படும்போது, ஆற்று நீரை இருகரங்களாலும் அள்ளிப் பருகுவான். தன்னைப் பட்டினி போட்ட ஈனப்பேச்சியின்பால் கடும் கோபம் ஏற்படும்.

"வேசை மவளே! பசியோட என்னெத் துறையிலே உட்டுப் போட்டு, செப்படிப்பய ஊட்லே நெய்ச்சோறும், பாயாசமும் சாப்பிடப் போயிட்டை யாக்கும். ஹூம்! ஒரு நாளைக்கு இதுக்கெல்லாம் சேத்து, இந்த கருப்புத்துரை வட்டியும் மொதலுமாச் சேத்துக் கொடுக்கப் போறான் பாரு" என்று மனதுக்குள்ளேயே வைது தீர்ப்பான்.

அவனது வெஞ்சினம் வெளுத்துக்கொண்டிருக்கும் துணிமணிகள்பால் திரும்பும். துணிகள் நார் நாராகக் கிழிந்து போகும் வரையில் ரௌத்திரத்துடன் கல்லில் போட்டு அடிப்பான்.

கிழக்குத் திக்கில் கருவெடுக்கும் இருள், உலகை ஆட்கொள்ளும் வரையில், கருப்புத்துரை வெண்ணாற்றங் கரையில் கருப்புத்துறையில் சலவை செய்துகொண்டு நிற்பான். அவன் குரல் ஆற்றுப்படுகையில் எதிரொலிக்கும்.

4

சீனாக் காவன்னா சித்திரபுத்திரன் செட்டியாரைத் தெரியாதவர்கள், சிருங்காரபுரி என்ன அந்த வட்டாரத்திலேயே இருக்கமாட்டார்கள். அவ்வளவு பெரிய லேவாதேவிக்காரர். செட்டியாரிடம் கடன் பெறாத விவசாயிகளும், பிரமுகர்களும் அந்த வட்டாரத்தில் இருக்க முடியாது.

செட்டியாரின் பூர்வீகம் பற்றி பலவிதமான யூகங்கள். சிலபேர் செட்டியார் கூலவாணிகன் சீத்தலைச் சாத்தனார் வம்ச வழியைச் சேர்ந்தவர் என்பர். செட்டியாரைக் கேட்டால் பூம்புகார் நகரம் தனது பூர்வீக பூமியென்றும், மாசாத்துவான் செட்டியார் தனது மூதாதையர்களில் ஒருவர் என்றும் கேட்பவர்களிடம் கூசாமல் சொல்லுவார். எது எப்படியிருந்த போதும், ஆதியில் செட்டியாரின் பாட்டனார் பர்மா தேசத்தில் பிழைப்புத் தேடிப்போனவர் என்றும் ஜப்பான்காரன் பர்மா தேசத்தின் மீது குண்டு போட்டபோது தன் குடும்பத்துடன் கால்நடையாக இந்திய தேசம் வந்தடைந்து செட்டி நாட்டில் வட்டிக் கணக்கு எழுதப்போனவர், ஒரு ஆச்சியை ஏமாற்றிப் பணக்காரர் ஆகிவிட்டார் என்றும் சொல்லப்படுகிறது.

சித்திரபுத்திரன் செட்டியாரைப் பொறுத்தமட்டில், சிருங்காரபுரிக்கு வரும்போது தன் மனைவியையும், மகளையும் தூக்கிக்கொண்டு வீசின கையும், வெறும் கையுமாகத்தான் வந்தவர். எப்படியோ கடனை வாங்கி கந்துவட்டி பிசினஸை ஆரம்பித்தார். செட்டியாரின் சிக்கனம் காரணமாகவும், சாதுரியம் காரணமாகவும், வட்டாரத்திலேயே பெரும்புள்ளியாகவும் பணக்காரராகவும் வாமனாகவும் எடுத்து நிற்கிறார்.

செட்டியார் தோற்றத்தில், உருட்டித் திரட்டி, நவ பாஷாணத்தில் வடித்தெடுக்கப்பட்ட சிவலிங்கம்போல் இருப்பார். தெருவில் இறங்கி நடந்தார் என்றால் சிவன் கோவில் யானை, துதிக்கையை மட்டும் கழற்றிவிட்டுத் தெருவில்

நடமாடுவதுபோல் படும். அப்படிப்பட்ட ஒரு உடற்கூறு. ஆனால், மனுஷனுக்கு உடம்பெல்லாம் மூளை. ஊருக்குள் வந்து வட்டிக்கடை ஆரம்பித்த இரண்டாவது மாதத்திலேயே எஸ்டேட் ஆபிஸரால் ஏலம் விடப்பட்ட ஜமீன் அரண்மனையைத் தைரியமாக ஏலத்தில் எடுத்து, இப்போது அங்குதான் செட்டியாரின் வட்டித்தொழில் சீரும் சிறப்புமாக நடைபெற்றுக் கொண்டிருக்கிறது.

அரண்மனையின் முன்கட்டில், யானைக்கால் சாய்வு நாற்காலியில், சாத்தி வைத்த பிணமாக உட்கார்ந்திருக்கும் செட்டியார், உடம்பில் சட்டைகூடப் போடமாட்டார். இடுப்பில் நான்குமுழக் கதர் வேஷ்டி. அவ்வளவுக்குக் கஞ்சன், நாற்காலியில் சாய்து கிடக்கும் செட்டியார் பணம் பட்டுவாடா, லேவாதேவி என்றால்தான் கண்ணைத் திறந்து பார்ப்பார். மற்ற நேரங்களில் தியானத்தில் ஆழ்ந்து கிடப்பது மாதிரி கண்களைத் திறக்கவே மாட்டார். இவ்வளவு இருந்தும் செட்டியார் யானைக்கால் சாய்வு நாற்காலியில் இருந்து இறங்காமலேயே அத்தனை சம்பாத்தியத்தையும் ஈட்டியிருக்கிறார்.

எமதர்மனின் கணக்கப்பிள்ளை சித்திரபுத்திரனின் கணிப்பிலிருந்தாவது தப்பித்துவிடலாமேயல்லாமல் சினாக் காவன்னா செட்டியாரது வட்டிக் கணக்கிலிருந்து தப்பிவிட முடியாது. அப்படி ஒரு கம்பியூட்டர் மூளை செட்டியாருக்கு. அவ்வளவு கணக்கையும், பைசாக் குறையாமல் மனப்பாடமாகச் சொல்லக்கூடியவர். எனவே, அவரது கையடக்கமாகிப்போன கருப்புப் பணத்தையெல்லாம் யாராலும் கண்டுபிடித்துவிட முடியாது. அது மட்டுமல்ல, செட்டியார் எந்தப் பணத்தை, எந்த தஸ்தாவேஜுவை, எந்த இடத்தில் வைத்திருக்கிறார் என்கிற விவரம், கட்டிய மனைவி கூத்தநாச்சி ஆச்சிக்குக்கூடத் தெரியாது. அவ்வளவு ரகசியமாகச் செட்டியாரின் தொழில் நடைபெறுகிறது.

செட்டியார் வட்டிக்குப் பணம் கொடுக்கிறார் என்றால், அவரைப் பொறுத்தமட்டில் நம்பிக்கை என்பதற்கே இடம் கிடையாது. நீக்குப்போக்காக நடந்துகொள்வதெல்லாம் கிடையாது. கேட்டால்,

"அய்யா, மனிச வாழ்க்கை அநித்தியமானது. இன்னெக்கி இருக்கவனை நாளைக்குக் காணமுடியாது. அப்படித்தான்

வள்ளுவர்கூட சொல்லியிருக்காருங்காஹ. நீ என்னெய நம்பலாம். நான் ஒன்னெய நம்பலாம். காலத்தையும் எமனையும் நம்ப முடியுமா? எந்த நேரத்திலேயும் ஏதும் நடக்கலாம். ஆனால் எதுக்கும் ரிக்காடு வேணுமய்யா" என்று உபதேசம் செய்கிற மாதிரிச் சொல்லுவார். இப்படி சொல்லிவிட்டு, ஒட்டிக்கு இரட்டியாகக் கணக்குப் போட்டு, அந்தத் தொகைக்கான புரோநோட்டையும் தயார் செய்து, வெத்துப் பேப்பரில் ஸ்டாம்பு ஒட்டி, அதிலும் கையெழுத்து வாங்கி, அந்த நபரின் குடுமியை முழுசாகத் தன்பிடிக்குள் வைத்துக்கொண்டுதான், பணப் பெட்டியைத் திறப்பார். அதிலும் பணம் பட்டுவாடா செய்யும் போதே ஒரு ஆண்டுக்கான வட்டியை எடுத்துக்கொண்டுதான் பணம் பட்டுவாடா நடக்கும்.

கடன் பட்டவன் தலை தப்பிக்க வேண்டும் என்றால் தவணை தவறாமல் வட்டியைச் செட்டியார் மாளிகையில் வந்து, காத்து நின்று செலுத்திவிட்டுப் போகவேண்டும். முதலும் அப்படித்தான். குறிப்பிட்டத் தேதியில் செட்டியார் கைக்கு வந்துவிடவேண்டும். கெடுத் தவறிவிட்டாலோ, கரணம் தப்பினால் மரணம் என்கிற நிலைதான். புரோநோட்டுக்கு உயிர் வந்துவிடும். வெத்துப் பேப்பரும் பிராமிசேரி நோட்டாக அவதாரம் எடுத்துவிடும். கடன் வாங்கிய மனிதனின் சொத்தின் மதிப்பிற்கேற்ப பிராமிசேரி நோட்டின் தன்மையும் மாற்றம் பெறும். பிறகு மாற்றம் பெற்ற நோட்டு, நீதி மன்றத்திற்குப் போய், சாட்சியம் சொல்லி, டிகிரி ஏற்பட்டு, சொத்து ஜப்தி செய்யப்பட்டு ஏலமும் முடிந்து, செட்டியாரின் பினாமிக்குச் சொத்து ஒப்படைப்புக்கு வரும் வேளையில்தான், செட்டியாரிடம் கடன் வாங்கியவருக்கு உண்மை தெரியவரும். ஒப்படைப்பின்போது கோர்ட் அமீனா மட்டும் வரமாட்டார். அவருடன் சேர்ந்து ஒரு பட்டாளம் போலிசும் இறக்கப்படும். இவ்வளவும் ஏற்பட்டுப் போனபின்பு செட்டியாரிடம் எவ்வளவு கெஞ்சிக் கூத்தாடினாலும் கேட்க மாட்டார். கொம்பேறி மூக்கன் மாதிரி கடன்பட்டவன் ஈனக்காசுக்காகப் பணம் பெத்த சொத்தை இழந்து நடுத்தெருவில் நிற்கவேண்டியது அல்லாமல் செட்டியாரை ஏதும் செய்துவிட முடியாது.

செட்டியார்தான் இப்படியென்றால், அவரது தர்ம பத்தினி கூத்தநாச்சி ஆச்சி, வேறு வழியில் குடும்பத்தின் சம்பாத்தியத்தை

விருத்திபண்ணிக் கொண்டிருந்தாள். ஆச்சியின் கொடுக்கல் வாங்கல் எல்லாம் கொல்லை வழியாகப் பெண்கள் முகாந்திரம் நடந்துகொண்டிருந்தது. மண்பாண்டங்களையும், மனித ஜீவன்களைத் தவிர எல்லாவிதமான அசையும் பொருட்களையும், அசையாப் பொருட்களையும் ஆச்சி அடகு பிடிப்பாள். இதில் எல்லாம் ஆச்சிக்கு ஜாதிப் பாகுபாடு கிடையாது. செட்டியாருக்கும் ஆச்சிக்கும் லேவாதேவியில் ஒரு வித்தியாசம் என்னவென்றால், செட்டியாரிடம் பணத்தை ஒழுங்காகப் பட்டுவாடாச் செய்துவிட்டால், எழுதிக் கொடுத்த பிராமிசரி நோட்டையும், பிணையாகக் கொடுத்திருக்கும் ஆவணங்களையும் திருப்பி வாங்கிவிடலாம். கூத்தநாச்சி ஆச்சியிடம் அடகாக வைத்த பொருளை யாரும் திருப்பிப் பெற்றதாகச் சரித்திரம் இல்லை. யானை விழுங்கிய விளாம்பழம் கதிதான். பொருளை இழந்து கையறு நிலையில் நிற்கும் அப்பாவிப் பெண்கள்,

“பேதியிலே போரவளே! ஊர் முதலை அள்ளி ஓலையிலே போட்டு நீ என்னத்தக் கண்டே. நீ நாசமாத்தான் போவே. ஒம் புள்ளே குட்டி வெளங்காது. எங்க பாவம் ஒன்னையச் சும்மா உடாது. அதுதாண்டி, ஒத்தப் பொம்பளப் புள்ளெயவும் வாழ வெட்டியா வூட்டுலே வைச்சிருக்க” என்று தெருவில் நின்று, மண்ணை வாரி இறைத்து ஆச்சியைத் திட்டிக்கொண்டு போவார்கள். இந்தச் சாபங்களையும், கோபங்களையும் கண்டு சித்திரபுத்திரன் செட்டியாரோ ஆச்சியோ, முகம் சுளிக்க மாட்டார்கள். வாழா வெட்டியாக வீட்டில் அடைந்து கிடக்கும் மகளைப் பற்றியும் கவலை கொள்ளமாட்டார்கள்.

ஊர்ப்பெண்களின் அவதூறுக்கு ஆளாகிப்போன செட்டியாரின் ஒரே மகளான பத்மாவதிக்கு செட்டியார், செட்டியார்குல வழக்குப்படி மிகவும் விமர்சையாகத் திருமணம் செய்துவைத்தார். அறுத்த கைக்குச் சுண்ணாம்பு கொடுக்கத் தயங்கும் சினாக் காவன்னா சித்திரபுத்திரன் செட்டியார், ஊரே வியக்கும்வண்ணம், ஒரு ராஜகுமாரிக்குத் திருமணம் நடைபெறுவது போல், பணத்தைத் தண்ணீராகச் செலவு செய்து திருமணம் செய்து வைத்தார். கார்களும், பஸ்ஸுகளுமாக சுமார் ஒருவார காலம் ஊரே அல்லாடிப் போய்விட்டது. மாப்பிள்ளைக்குக்கூட, பினாங்கு, சிங்கப்பூர், ஆஸ்திரேலியா போன்ற இடங்களிலெல்லாம் கம்பெனிகளும், தோட்டங்களும்

இருப்பதாக ஊரில் பலமாகப் பேச்சு அடிபட்டது. ஆனால், திருமணம் நடைபெற்று, மறு வீடு வைபவங்கள் எல்லாம் முடிந்து மூன்று மாதக் காலத்தில், பத்மாவதி போன வேகத்திலேயே ஊர் திரும்பிவிட்டாள். கடந்த இரண்டாண்டுக் காலமாக வாழாவெட்டியாக வீட்டுக்குள்ளேயே முடங்கிக் கிடக்கிறாள்.

இளமை முறுக்கும், அழகுப் பொலிவும்கொண்ட பத்மாவதிதான் அந்த ஊரிலேயே அதிகம் படித்தவள். மகள் படிப்புக்கு என்று செட்டியார் வில்வண்டி வாங்கி அதில்தான் மகளைப் பள்ளிக்கூடம் அனுப்புவார். பத்மாவதி பத்தாம் வகுப்புவரையில் படித்து முடித்ததும், செட்டிப் பெண்களுக்கு அதற்கு மேல் படிப்புத் தேவையில்லை என்று பத்மாவதியின் படிப்புக்கு முற்றுப்புள்ளி வைத்து விரைவிலேயே திருமணத்துக்கு ஏற்பாடு செய்திருந்தார். இப்போது செட்டியாரின் அத்தனைச் சிரமங்களும் பயனற்றுப் போன மாதிரி பத்மாவதி வீடே கதியென்று முடக்கிப் போடப்பட்டிருக்கிறாள்.

பத்மாவதி கருப்பும் இல்லாமல் சிவப்பும் இல்லாமல் வம்சவாகுக்கேற்ப வசந்தகால மாந்தளிர் மேனி. பருமனுக்கேற்ற உயரம். மூக்கும் முழியுமாக சிற்பியால் வடித்தெடுக்கப்பட்ட மீனாட்சியம்மன் கோவில்சிலை மாதிரியான தோற்றம். சினாக் காவன்னா மகளா இந்தப் பெண் என்று வியக்கும் அளவுக்கான அழகு. பேச்சுக் கொடுத்தால்கூட புறாக்கள் கொஞ்சிக் கொள்வது போன்ற இனிமையான குரல் வளம். இவை எல்லாவற்றையும்விட ஊர் மக்களைக் கவர்ந்த விஷயம், கல்யாணத்துக்குப் பிறகு, சின்னஆச்சி பத்மாவதியிடம் ஏற்பட்டுப் போன குண நல மாற்றம்தான்.

அதாவது கல்யாணத்துக்குப் பிறகு சின்னஆச்சி - ஊர் மக்கள் பத்மாவதியை அப்படித்தான் அழைப்பார்கள். கண்ணைக் குத்துகிற மாதிரி எல்லாம் உடையலங்காரம் செய்துகொள்ள மாட்டாள். ஸ்படிகத் தெளிவான நீர் நிலைபோன்று, அவ்வளவு தெளிவாகவும் எளிமையாகவும் இருக்கும் அவள் தோற்றம். ஆனால் எல்லாமே விலை உயர்ந்தவை. காஞ்சிப் பட்டுடுத்தி, லட்சுமிகரமாக, தங்க முலாம் பூசப்பட்ட செருப்பணிந்து, வில்வண்டி ஏறி கோவில் குளத்துக்குக் கிளம்பினாள் என்றால் ஊரே கூடி நின்று வேடிக்கைப் பார்க்கும். ஜமீன் காலத்தில் கூட

இவ்வளவு அழகும், பொலிவும்கொண்டப் பெண் அந்த அரண்மனையை அலங்கரித்தது கிடையாது என்றாகிவிட்டது. பெண்ணுக்குப் பெண் ஆசைப்படும் அளவுக்கான பேரழகு!

இப்படிப்பட்ட பேரழகி, திருமணம் முடிந்த மூன்றாவது மாதத்திலேயே வீட்டுக்குத் திருப்பப்பட்டது பற்றி செட்டியாரிடம் யாராவது கேட்டுவிட்டால் போதும். செட்டியார் சிறிது நேரம் மௌனமாக உட்கார்ந்திருப்பார். பிறகு, கேட்டவரின் முகத்தைப் பார்க்காமல் கூரை முகட்டை மாத்திரம் பார்த்தபடியே,

"அவுஹளுக்கு என்ன, மருமகப்புள்ளெக்கு ஊரு நாடு எல்லாம் கம்பெனி. இன்னெக்கி பினாங்கு என்னா, மறு நா சிங்கப்பூரு, அப்புறம் சப்பான், அமெரிக்கா வெண்டு கால்லே சக்கரத்தைக் கட்டிட்டு அலையுறாவுஹ. போற ஊருக்கெல்லாம் பொஞ்சாதியக் கூட்டிட்டுப் போவ முடியுமா. அதனாலதான் இந்தால உட்டு வச்சிருக்காக" என்று சர்வ சதாரணமாகச் சொல்லி மழுப்பிப் போடுவார்.

ஆனால், பத்மாவதி கணவன் வீட்டிலிருந்து திரும்பி வந்ததற்குப் பிறகு, செட்டியார் வீட்டு அந்தப்புரத்தில் ஏகப்பட்ட மாற்றம். சமைப்பதற்கு என்று செட்டிநாட்டுச் சமையல்காரி. வீட்டு வேலைக்கு என தனி ஆட்கள். அழுக்குத் துணிகளைக்கூட வெளியே வெளுக்கப் போடக்கூடாது என்கிற கட்டுப்பாடு. வாரத்துக்கு மூன்று நாட்களாவது ஈனப்பேச்சியோ, கருப்புத்துரையோ பின் கட்டுக்கு வந்து துணிகளை வெளுத்து மடித்து வைத்துவிட்டுப் போகவேண்டும். மகளது கோபத்திற்கு, ஆளாகிவிடக்கூடாது என்றோ, புண்பட்டுப் போயிருக்கும் மகளது உள்ளம் மேலும் வேதனைப் பட்டுவிடக்கூடாது என்றோ செட்டியார், மகளால் செய்யப்பட்ட மாறுதல்களைச் சகித்துக்கொண்டார். செலவினங்களையும் ஏற்றுக்கொண்டார்.

எனவே, சின்னஆச்சியின் உத்திரவுப்படி, வாரத்துக்கு இரண்டு தவணையாவது கருப்புத்துரையும், ஈனப்பேச்சியும் செட்டியார் வீட்டுக்கு வருவது என்பது மாமூலாகப் போய்விட்டது.

5

ஆரம்பத்தில் கருப்புத்துரை சினாக் காவன்னா மாளிகைக்குப் போவதை அறவே வெறுத்தான். அங்கே போவது என்றால் வேப்பங்காயைக் கடித்த மாதிரி, ஈனப்பேச்சியின் ஏச்சுக்கும் பேச்சுக்கும் அடி உதைக்கும் பயந்துதான் செட்டியார் வீட்டுக்குப் போவான்.

அந்த மாபெரும் வீட்டின் பின்கட்டு வழியாக வீட்டுக்குள் போகும்போதெல்லாம், கருப்புத்துரைக்குச் செட்டியார்பால் கோபமும் ஆத்திரமும் ஏற்படும். வட்டிக்கு விடுவதன் மூலம் தனது குடிபடைகளையெல்லாம் செட்டியார் ஓட்டாண்டியாக்கி விட்டது மட்டுமல்லாமல், தான் உட்கார்ந்து ஆட்சி நடத்த வேண்டிய அரண்மனையையே அபகரித்துக்கொண்டச் சண்டாளன் இந்தச் செட்டியார் என்கிற துக்கம் ஏற்படும். எனவே அங்கு போவது என்றால் அவ்வளவு வெறுப்பு. இருந்தபோதும் ஈனப்பேச்சியின் கொடுசூலித்தனத்துக்குப் பயந்து துணி வெளுக்கப் போவான் என்றபோதிலும், அவனது ஆத்திரம், வெளுக்கப் போடும் துணிகள்பால் திரும்பும்.

செட்டியார் வீட்டுக்குப் போனான் என்றால் சண்டைக்காரன் மாதிரி முகத்தை வைத்துக்கொள்வான். யாரிடமும், வேலைக்காரப் பெண்களிடம்கூட முகம் கொடுத்துப் பேசமாட்டான். அழுக்குத் துணிகளையும், அலசுவதற்கான பொருட்களையும் தூக்கிப் போட்டால் வாய்க்குள்ளேயே வைதுகொள்ளுவான். துணிகளை வெளுத்து உலரப் போட்டு விட்டு சொல்லாமல் கொள்ளாமல் வண்ணாக்குடிக்குத் திரும்பிவிடுவான். செட்டியார் மீதும் செட்டியார் குடும்பத்தின் மீதும் அவனுக்கு அப்படி ஒரு ஆத்திரம்.

கருப்புத்துரை, வெளுக்க வந்த நாள் முதல், பெரிய ஆச்சி கூத்த நாச்சியின் முகத்தைக்கூட அவன் பார்த்தது கிடையாது.

பெரியஆச்சி கூத்தநாச்சியார், பெரும்பாலும் சனாதன குணம் கொண்டவர். ஜாதி வித்தியாசமெல்லாம் பார்க்கக்கூடியவர். பின் கட்டு வழியாக, கருப்புத்துரையை அனுமதித்த போதும்கூட, ஒரு எல்லைக்கு மேல், வண்ணாரப் பொடியனின் வாடைகூட வராத அளவுக்குப் பார்த்துக்கொள்வார்.

சின்னஆச்சி பத்மாவதிக்கு, அப்படிப்பட்ட கட்டுப் பொட்டுத்தனம் எல்லாம் கிடையாது. பெரும்பாலும், பின்கட்டு வேலையை அந்த அம்மாளே நேரில் நின்று கவனித்துக்கொள்ளும். கருப்புத்துரையைக் கூட்டி, வெளுப்பதற்கான துணிமணிகளை எண்ணிப் போடுவது முதல், சோப்பு நீலம் வரையில் எடுத்துக் கணக்குப் பண்ணித் தருவது எல்லாம் சின்னஆச்சிதான். சின்ன ஆச்சி பட்டணம் வரையில் போய், பெரிய படிப்பு வரையில் படித்துவிட்டு வந்திருப்பதால் இப்படி நடந்துகொள்கிறாள் என்று கருப்புத்துரை எண்ணிக் கொள்ளுவான்.

ஒரு காலத்தில் ஜமீன் அரண்மனையாக இருந்தாலும் ஜமீன்தாரின் அந்தப்புரமாகப் பாவிக்கப்பட்டிருந்தாலும், ஜமீன்தார்கள் மாலை நேரங்களில் சுகித்துக் களிப்பதற்காக வேண்டி, வசந்த மண்டபமும், ஆங்காங்கே ஊஞ்சல்களும், பலஜாதி விருட்சங்களுமாக, பின்கட்டு ஒரு நந்தவனம் போல் காட்சி தரும்.

சின்னஆச்சி பத்மாவதி, கருப்புத்துரைக்கு வேலை கொடுத்திருப்பது மட்டுமல்லாமல், அவனைக் கண்காணிக்கும் முறையில் அவ்வப்போது பின் கட்டுக்கும், கருப்புத்துரை துணி வெளுக்கும் கிணற்று மேட்டுக்கும் அடிக்கடி வந்துபோன வண்ணமாக இருப்பாள். சில வேளைகளில் அவன் அருகில் வந்து, கோளாறு வேறு சொல்ல ஆரம்பிப்பாள். கருப்புத்துரைக்குக் கூச்சமாகவும் இருக்கும். சில சமயங்கள் எரிச்சலும் ஏற்படும். வேறு சில நாட்களில் ஏதோ புத்தகத்தைக் கையில் ஏந்தியவண்ணம் வசந்த மண்டபத்திலோ, ஊஞ்சலிலோ உட்கார்ந்து அவனையே உற்றுக் கவனித்தவண்ணம் உட்கார்ந்திருப்பாள்.

"முண்டே, முண்டே, அப்பனுக்குத் தப்பாம பொறந்திருக்கு. கொடுத்த காசுக்கு வேலை செய்யாமலா ஓடிப்போயிரப் போறோம். வண்டிப்பாரம் அழுக்குத் துணிய வேறே அள்ளிப் போட்டுட்டு,

கங்காணம் வேறையாக்கும். இப்படியெல்லாம் சந்தேகப் பட்டாவளூன்னா, ஈனப் பேச்சிட்ட சொல்லிப் போட்டு நிண்டிர வேண்டியதுதான். அவளுமாச்சு நீங்களுமாச்சு நமக்கல்லாம் லாயக்குப்படாது" என்று பத்மாவதியிடம் சண்டை போடுவதே போல் தனக்குள்ளேயே கறுவிக்கொள்ளுவான். ஆனால், எதிரில் நின்று பேச மட்டும் தைரியமும் தெம்பும் கிடையாது.

உச்சிப்போது வரையில் இவ்வாறு கருப்புத்துரையின் வேலையைக் கண்காணித்துக்கொண்டிருக்கும் பத்மாவதி திடீர் என்று அவன் அருகில் வருவாள்.

"ஏண்டா கருப்புத்துரை வயறு பசிக்குமே, ஏதாச்சும் தரட்டுமா?" என்று கரிசனத்துடன் கேட்பாள். இப்படி சின்ன ஆச்சி கேட்பது கருப்புத்துரைக்கு வியப்பாக இருக்கும். ஈனப் பேச்சிகூட அவனாகக் கேட்காமல், அவனுக்கு உணவு பரிமாறியது கிடையாது. அப்போதுதான் கருப்புத்துரைக்குத் தான் காலையிலிருந்து பட்டினியாக வேலை செய்து கொண்டிருப்பது நினைப்புக்கு வரும். வயிறு கப கபவென்று பசிக்க ஆரம்பித்துவிடும். இருந்தாலும், தன்மானமும், செட்டியார் மீது ஏற்பட்டிருக்கும் வெறுப்பும் வீம்பும் மேலிடும். செட்டியார் வீட்டில் கை நனைப்பது பாவம், தனது குடிபடைகளுக்குச் செய்யும் பச்சைத் துரோகம் என்று நினைப்பான். வேண்டாம் என்று சொல்லத் தோன்றும். ஆனால் பசி வந்திடப் பத்தும் பறந்துபோகும் என்பதற்கு இணங்க, கருப்புத்துரைக்கு மனம் பேதலிக்கும். சிறிது நேரம் இருதலைக் கொள்ளி எறும்பாகத் தத்தளிப்பான். ஏதும் பேசாமல் நிற்பான். சின்னஆச்சி வேலைக்காரியிடம் கருப்புத்துரைக்கு உணவு பரிமாறும்படி உத்தாவிடுவாள். வென்னிப் பழையது ஏதாவது கொண்டுவந்து கொடுக்கப்படும் என்று தான் கருப்புத்துரை கற்பனைபண்ணிக் கொண்டிருப்பான். அவன் எதிர்பார்ப்புக்கு மாறாக, சுவையான உணவு, அவனுக்கென்று மரத்தடியில் ஒதுக்கப்பட்டிருக்கும் இடத்தில் இலையில் பரிமாறப்பட்டிருக்கும். நாக்கில் 'எச்சிலை வரவழைக்கும் உணவு' அதற்கு மேலும் கருப்புத்துரையால் ஆவலை அடக்கிக்கொண்டிருக்க முடியாது.

"ஹூம்! இது அல்லாம் ஆரு அப்பன் ஊட்டுச் சொத்து. அல்லாம் நம்ப சனங்களைக் கொள்ளையடிச்சதிலேருந்து சம்பாதிச்ச பணத்திலிலேருந்து வாங்கின பண்டம்தானே.

செட்டியார் சாப்பிடற சாப்பாடே நம்ம சாப்பாடுதானே. ஜமீன் வீட்டுச் சாப்பாடு தானே? நாம சாப்பிடாம வேறே யாரு அனுபவிக்க முடியும். சாப்பிடறதுனாலே குத்தம் ஒண்ணும் கிடையாது" என்று தன்னையே சமாதானம் பண்ணிக்கொண்டு, சின்னஆச்சியின் உத்தரவின் பேரில் கொண்டுதரப்படும் சாப்பாடு முழுவதையும் வயிறுமுட்டச் சாப்பிட்டுவிட்டு, உண்ட மயக்கம் தொண்டருக்கு என்ற மட்டில், அரச மரத்து நிழலில் படுத்துத் தூங்கிப் போவான். அப்புறம், பணியாட்கள் யாராவது அதட்டிய பிறகுதான் கண்மலர்ந்து வேலையை ஆரம்பிப்பான்.

நாளாவட்டத்தில், கருப்புத்துரைக்குச் செட்டியார் மீது ஏற்பட்ட வெறுப்பும் மறைந்து போயிற்று. அவனுக்குத் தரப்படும் உணவின் தன்மையும் மாறுபடலாயிற்று. நாளுக்குநாள் உணவின் சுவையும் அதிகமாயிற்று, சிலசமயம் சின்னஆச்சி பத்மாவதியே முன்வந்து அவனுக்கு உணவு பரிமாறுவாள். அப்போதெல்லாம் அவள் பார்வையும், அவளது நெருக்கமும் உள்ளூற கூச்சத்தையும் ஒருவித அச்ச உணர்வையும் ஏற்படுத்தும். வசந்த மண்டபத்தில், சின்னஆச்சி இப்போதெல்லாம் வெகுநேரம் அவனையே பார்த்துக்கொண்டு உட்கார்ந்திருப்பாள். அவனது வேலையை உன்னிப்பாகக் கவனிப்பதுபோல் அவன் அருகில் வந்து நிற்பாள். அவளது உடம்பில் பூசப்பட்டிருக்கும் தைலமும், அவள் வியர்வை நாற்றமும் இணைந்து, மனம் மயங்கும்படியான நறுமணத்தை உண்டுபண்ணியிருக்கும். நாளெல்லாம் அந்த நறுமணத்தை நுகர்ந்தவண்ணம் நின்றிருக்கவேண்டும்போல் கருப்புத்துரைக்குத் தோன்றும். சில சமயம் சின்னஆச்சி பத்மாவதியின் நயனங்களுடன் அவன் பார்வை இடறும்போது உடல் புல்லரித்து வியர்வை அரும்பும். உள்ளத்தில் இனம் தெரியாத ஒருவித லாகிரி ஏற்படும். கருப்புத்துரை, அந்த உக்கிரத்தைத் தாங்கிக்கொள்ள மாட்டாமல், தலையைக் குனிந்துகொள்வான்.

"என்னடா கருப்புத்துரை, புதுப்பெண்ணாட்டம் தலையைக் குனிஞ்சுக்கிறே. நிமிர்ந்து பார்த்தாதான் என்ன?" என்பாள் பத்மாவதி. வெட்கம் பிடுங்கித் தின்னும்.

“பாக்கறதுக்குப் பயமா இருக்கு ஆச்சி” கருப்புத்துரை பதில் சொல்லுவான்.

“பாருடா, பார்த்தாதான் அதன் சூட்சுமம் புரியும்” அதே பார்வையுடன் சுந்தரமாகச் சிரித்தவண்ணம் பத்மாவதி சொல்லுவாள்.

“அப்படியெல்லாம் பாக்காதீய ஆச்சி எனக்கு வெக்கமா இருக்கு” கருப்புத்துரை சொல்லவும், பத்மாவதி,

“ஒண்ணுமில்லேடா கருப்பு! சும்மா வெளையாட்டுக்குத்தான் அப்படிப் பார்த்தேன்” மோகனமாகச் சொல்லிவிட்டு, பக்கத்து மரத்தில் தொங்கும் ஊஞ்சலில் உட்கார்ந்து ஊஞ்சலாடத் தொடங்குவாள்.

கருப்புத்துரைக்கு ஆச்சியின் நடவடிக்கை ஏதும் பிடிபடாது.

“இப்படியும் ஒரு வெளையாட்டு இருக்குதோ! சிரிக்கறதுலே கூட ஒரு விளையாட்டு இருக்கும் போலருக்கே” என்று தனது மனத்தைப் போட்டுக் குடைந்துகொள்ளுவான்.

தன்னுள் அமிழ்ந்துபோன மட்டில் ஊஞ்சலில் உட்கார்ந்திருக்கும் பத்மாவதி, பின்கட்டில் யாரும் இல்லாத சமயமாகப் பார்த்து அவன் அருகில் வந்து நின்று ரகசியம் பேசுவதே போல;

“கருப்புத்துரை, ஒரு பொம்பளெ ஆம்பிளையப் பாத்துச் சிரிச்சா என்ன எதுக்கின்னு ஒனக்குப் புரிஞ்சுக்க முடியலையா?” மயிலைப் போல் அவள் தலை சாய்ந்திருக்கும். கண்களில் மயக்கத்தின் சாயல் தென்படும்.

“அதுதான் என்ன வெளையாட்டுண்ணு தெரிய மாட்டேங்குதே ஆச்சி” பரிதாபமாகச் சொல்லுவான் கருப்புத்துரை. அவனுக்கு அவளது உடலின் சுகந்தம், உடம்புக்குச் சுகம் தருவதாகப்படும்.

“ஏண்டா கருப்புத்துரை, இந்த மாதிரியான விளையாட்டெல்லாம் விளையாடுனது கிடையாதா?”

“சத்தியமாத் தெரியாது ஆச்சி”

"சீய்! ஏழு கழுதை வயசாச்சி, இந்த வெளையாட்டெல்லாம் தெரியாதிங்கறியே. நீயெல்லாம் மனிசப் பிறவியோட சேத்தியில்லேப்பா"

வெண்கல நாதம் எழுவதேபோல் சிரித்துக்கொண்டு இப்படி கேட்டுவிட்டு, ஆச்சரியம் ததும்ப ஒரு விசித்தரமான பிராணியைப் பார்ப்பது போல் கருப்புத்துரையைப் பார்ப்பாள். பிறகு அவனது அறியாமையையோ, அப்பாவித்தனத்தையோ எண்ணி விழுந்து விழுந்துச் சிரிப்பாள். கருப்புத்துரைக்கு ரோஷம் பொத்துக் கொண்டு வரும்.

"ஓங்களுக்கு என்ன ஆச்சி, மேல் குடிக்காரவுக எந்த வெளையாட்டும் வெள்ளாடலாம். நாங்க எந்த வெள்ளையாட்டைப் போயி வெள்ளாடறது ஆச்சி. நான் எந்த வெள்ளாட்டும் வெள்ளாடினது கெடையாது" கிணற்றோரம், துவைக்கல்பக்கம் நின்றவண்ணம் சொல்லுவான். கேட்பதற்கே பரிதாபமாக இருக்கும்.

"சின்ன வயசுலே, என்ன வெள்ளாட்டெல்லாம் வெள்ளாடனும்ன்னு நெனப்பேன். மேலக்குடித் தெருவுலே சிட்டாங்குச்சியும், குத்துப் பம்பரமும் வெள்ளாடுவாக. நாங்க போயி நின்னா அடிச்சு வெரட்டிப் போடுவாக. நாங்க வந்தா தீட்டுப்பட்டுப் போவுமாம். துறைக்குப் போனா,துணியத்தான் தொவைக்க முடியும். அல்லாரும் கரட்டானப் புடிச்சு கல்லாணப் பேச்செல்லாம் சொல்லி வெள்ளாடுவாங்க. நான் நண்டைப் புடிச்சுக்கூட வெள்ளாட முடியாது. நண்டு வெறலையே கடிச்சுப் போடும். அதைக் கண்டு எங்க சின்னாத்தா ஈனப்பேச்சி, உசிர் போறதாட்டம் ஓதைப்பா, ஒப்பாரி வைப்பா" என்று சொல்லிவிட்டுப் பெருமூச்சு விடுவான்.

இப்படியாகத் தனது கடந்துபோன இளமைக்கால வாழ்வுக்காகத் துக்கித்துக்கொள்ளும் கருப்புத்துரை,

"இப்பக்கூட வெள்ளாடணுமிண்டு கொள்ளை ஆசை. வயசாகிப் போச்சுது. ஆரும் சேத்துக்கவும் மாட்டாக" என்பான்.

கருப்புத்துரையின் பேச்சை மிகுந்த அக்கறையுடன் கேட்டுக் கொண்டிருக்கும் பத்மாவதி, அவனது இளமையையும் உறுதிமிக்க தேகக்கட்டையும் பார்த்தவண்ணம் நின்றிருப்பாள். ஏதோ, முடிவுக்கு வந்தவள் போல் அவன் அருகில் வந்து நின்று,

"வயசு ஒண்ணும் ஆயிரலடா கருப்புத்துரை. நான் சொல்ற வெளையாட்டை நாம இப்போத்தான் வெளையாடலாம், வெளையாட முடியும்" என்பாள்.

"அது என்ன வெள்ளாட்டு ஆச்சி, இந்த வயசுலே வெளையாடற வெளையாட்டு."

"புருஷன் பொஞ்சாதி வெளையாட்டுடா!" அருகில் வந்து அவன் காதில் ஓதுவது போல் சொல்லுவாள்.

தெருவில் பிள்ளைகள் மரப்பாச்சிப் பொம்மைகளை வைத்து விளையாடுவதையும், தாலாட்டுப் பாடுவதையும் பார்த்திருக்கிறான். ஒரு பிள்ளை கோபம் ஏற்பட்டு, மரப்பாச்சிப் பொம்மையின் தலையவே பிய்த்து வீசியதை அவன் பார்த்திருக்கிறான்.

"இந்த வெள்ளாட்டப் பத்தியெல்லாம் எனக்குத் தெரியாதே ஆச்சி" கருப்புத்துரை அப்பாவித்தனமாகக் கேட்பான்.

'தெரியாதா?'

"என்தாச்சேலே சத்தியமாச் சொல்லுறன் எனக்குத் தெரியாது."

குத்துக்கல்லாக நிற்கும் கருப்புத்துரையைப் பார்த்து மௌனமாக நின்றாள் பத்மாவதி.

வண்ணாக்குடியில் கருப்புத்துரை, புருஷனும் மனைவியும் நாயும் பேயுமாகச் சண்டை போடுவதையும் அடித்துக் கொள்வதையும் பார்த்திருக்கிறானேயல்லாமல் அவர்கள் விளையாடியதை, விளையாடிக்கொண்டதை அவன் பார்த்தது கிடையாது.

இடது சுண்டுவிரல் நகத்தைக் கடித்தவண்ணம் நின்றிருந்த பத்மாவதி அவனைப் பார்த்து,

"நான் சொல்லித்தர்ரேன் கத்துக்குவையா?" என்று கேட்டாள்.

"சரி! சொல்லிக்குடுங்க ஆச்சி. சொல்லித்தருவீகளா. ஏதாச்சும் ஒரு வெளையாட்டைக் கத்துக்கணுமின்னு எனக்குக் கொள்ளை ஆசை."

"ஆசையைப் பாரு!"

தலையைச் சாய்த்து சுந்தரமாக அவனைப் பார்த்தவண்ணம் சொன்னாள். அப்போது, மலையிலிருந்து நந்தவனத் தோப்பில் இறங்கி, தலையை ஆட்டி ஆட்டி நடக்கும் மயிலின் சாயல் அவளிடம் தென்படுவதாக உணர்ந்தான்.

"சொல்லித்தாரேகளா ஆச்சி" கருப்புத்துரை கேட்டான்.

'சமயம் வரும்போது சொல்லித் தருவேண்டா. சொகமான சுந்தரமான வெளையாட்டு" என்று சொல்லி,

அவன் கன்னத்தில் மெதுவாகத் தட்டிவிட்டு, ஓடி வீட்டுக்குள் மறைந்தாள் பத்மாவதி.

கருப்புத்துரைக்குப் பத்மாவதியின் கைபட்ட இடம் சிலிர்த்தது. இதுநாள் வரையில், அவன் உடம்பில், இப்படி மென்மையான உணர்வும் அதிர்ச்சியும் ஏற்பட்டதில்லை.

கருப்புத்துரை ஸ்தம்பித்துப் போய் நின்றான். நேரம் இருட்டிக்கொண்டு வருவதைச் சில்வண்டு அறிவித்துக் கொண்டிருந்தது.

6

கடைசியாக சின்னஆச்சி பத்மாவதி அவனுக்கு வாக்குக் கொடுத்திருந்த திருநாளும் வந்து சேர்ந்தது.

சாதாரணமாக, மாளிகையின் முன்கட்டில் கிடக்கும் ஆனைக்கால் சாய்வு நாற்காலியை விட்டு இறங்கி வராத சித்திரபுத்திரன் செட்டியார், பெரிய காரியம் ஏதோ நடந்துவிட்டது என்று சொல்லிவிட்டு, வீட்டை மகள் பத்மாவதியின் கண்காணிப்பில் விட்டு விட்டு, பெரியஆச்சி கூத்தநாச்சியோடு வில்வண்டி கட்டிக்கொண்டு வெளியூருக்குப் புறப்பட்டுப் போனார்.

செட்டியாரைப் பொறுத்தமட்டில் நேரம் காலத்தைக் கடைப்பிடிப்பதில் வெள்ளைக்காரன் மாதிரி. சொன்ன நேரத்தில், குறிப்பிட்ட இடத்தில் துல்லியமாகப் போய் நிற்பார். இத்தனைக்கும் செட்டியார் காலம் காட்டும் கருவி ஏதும் வைத்துக்கொண்டது கிடையாது. அவரது உணர்வே ஒரு கடிகாரம் மாதிரி.

அன்றைக்கும் அப்படித்தான் மாலை மயங்கி இரண்டு நாழிகை கழித்து ஊருக்கு வருவதாக மகள் பத்மாவதியினிடத்திலும், வேலைக்காரர்களிடத்திலும் சொல்லிவிட்டுப் பயணமானார். செட்டியார் ஊரில் இல்லாததாலும், அரண்மனையில் அதிகமாக வேலை ஏதும் இருக்காது என்பதாலும் பத்மாவதி காவலாளிகளுக்கும் இதரப் பணியாட்களுக்கும் விடுப்புக் கொடுத்திருந்தாள். அடுப்பு வேலைகளைக் கவனிக்கும் சமையற்கார ஆச்சிகூட, வெகு காலையிலேயே சமையலை முடித்துக்கொண்டு ஊருக்குள் போய்விட்டாள்.

மேலும், அறுவடைக் காலமாகையால் ஊருக்குள் குஞ்சு குளுவான்கூட இல்லை. சிறு கடைக்காரர்கள் உட்பட எல்லோரும்

களத்து மேட்டில் கூடிக்கிடந்தார்கள். ஈனப் பேச்சிகூட, ஓலைப்பெட்டியை எடுத்துக்கொண்டு, கூலிப் பாக்கியையும் கொத்தையும் வசூல் செய்வதற்காகக் களத்து மேட்டுக்குப் போய்விட்டாள். வறட்சிக் காலங்களிலும், அடைமழைக் காலங்களிலும் அந்தக் கூலியும் கொத்தும்தான் ஈனப்பணிகள் செய்யும், ஈனப்பேச்சி போன்றவர்களுக்கு ஜீவாதாரம். எனவே, செட்டியார் அரண்மனைக்குப் போய் துணிமணிகளை அலசிப் போட்டுவிட்டு வரும்படி கருப்புத் துரையினிடம் சொல்லிவிட்டுக் களத்து மேட்டுக்குப் போய்விட்டாள்.

வழக்கம்போல கருப்புத்துரை கிணற்று மேட்டில் நின்று துணிமணிகளை வெளுத்துக்கொண்டிருந்தான். சீத்தா மரமும், குண்டு மல்லிகையும் பூவெடுத்திருப்பதால், அந்தப் பிரதேசமே ஒருவித நறுமணத்தில் ஆழ்ந்திருந்தது. வானம்கூட மப்பும் மந்தாரமுமாக இருந்ததால் வெயிலின் உக்கிரம் அதிகமாக இல்லை, ஈரம் கலந்த மென்காற்று கருப்புத்துரையின் உடம்பை வருடிக் கொண்டிருந்ததால் அலுப்புத்தட்டவில்லை.

சின்னஆச்சி பத்மாவதி வழக்கத்துக்கு விரோதமாக வெகுகாலைப் பொழுதிலேயே பின்கட்டுக்கு வந்துவிட்டாள். நாகலிங்க மரத்து நிழலுக்குப் போவதும், அவனை ஒருவிதமாகப் பார்ப்பதும், பிறகு வீட்டுக்குள் போய்விட்டுத் திரும்புவதுமாக இருந்தாள். அவளது நடத்தையிலும் போக்கிலும் அசாதாரணமாக பரபரப்புத் தென்பட்டது. இப்படி குட்டிப் போட்ட பூனை மாதிரி அங்குமிங்குமாக அலைந்த பத்மாவதி, திடீரென்று பின் கட்டுக் கதவைச் சாத்திவிட்டு கருப்புத்துரையின் அருகில் வந்து அவனை உரசிக்கொண்டு நின்றாள். பத்மாவதியின் பார்வை இடறியபோது கருப்புத்துரை பயந்து போனான். சின்னஆச்சி வேலையில் குற்றம் கண்டு பிடித்துவிட்டாளோ என்கிற ஐயப்பாடு. அவனது ஆயுசுக் காலத்தில் எந்த ஒரு பெண்ணையும் இவ்வளவு நெருக்கத்தில் சந்தித்துக்கொண்டது கிடையாது. வழக்கம்போல அவள் பூசியிருக்கும் வாசனைத் தைலமும், உடம்பில் துளிர்க்கும் வியர்வையும் கலந்து மோகனமான மயக்கந்தரும் நற்சுகந்தத்தை ஏற்படுத்தியிருந்தது. பத்மாவதி காரணமில்லாமல் அவனைப் பார்த்து மோகனமாகச் சிரித்தாள். அவளது சிரிப்பும் நடப்பும் அவனுள் எதையோ தேடுவது போல்

பட்டது. உடல் கூசியது. காற்றில் மிதந்துவரும் நற்சுகந்தத்தைச் சுவாசிக்க விரும்புபவன்போல் நின்றிருந்தவன்,

"ஆச்சி தைலம் தேச்சிருக்கீயளா?" என்று கேட்டான். ஆச்சிக்கு வாதக் கோளாறு ஏற்பட்டிருக்க வேண்டும் என்பது அவனது யூகம். ஈனப்பேச்சிக்கு வாதக் கோளாறு. எனவே எப்போதாவது நடக்க மாட்டாமல், அவள் அவதிப்படும்போது வேப்பெண்ணையும், வேறு தைலங்களையும் சூடுபறக்க அவன் தேய்த்துவிட வேண்டிவரும். எண்ணெய் முடைநாற்றம் அடிக்கும். ஓங்கரிக்க வரும். ஒரு வாரம் அவனால் சரியாகச் சாப்பிட முடியாது. சாப்பாடெல்லாம் வேப்பெண்ணை வாடை அடிக்கும். ஆனால், இந்த எண்ணெய் வாடை இதமாக இருந்தது. பத்மாவதி அவன் கேட்டதற்குப் பதில் சொல்லாமல் அவனைப் பார்த்து மீண்டும் சிரித்தாள்.

"ஆச்சி! உங்களுக்கும் வாதக் கோளாறா. அதாலதான், தைலம் புசியிருக்கீகளா?" அப்பாவியாகக் கேட்ட போது;

"கருப்புத்துரை, ஆச்சிக்கு வாதக் கோளாறு இல்லேடா, வயசுக் கோளாறு. ராத்திரியெல்லாம் தூக்கம் பிடிக்காம நான் அவதிப்பட்டிருக்கேன் தெரியுமா? உடம்பில் உஷ்ணம் ஏறி தாங்க முடியலே" என்றவள் திடீரென்று அவனது வலது கரத்தை எடுத்து அவளது கன்னத்தில் பதித்தாள்.

"ஜுரம் இறங்கலை, பார்த்தியா, எவ்வளவு உஷ்ணம், தாங்க முடியாத உஷ்ணம்."

கருப்புத்துரைக்குக் கூச்சமாக இருந்தது. கையைப் பின்னுக்கு இழுத்துப் பார்த்தான். அவள் பிடி இறுகியது. பத்மாவதி அவனைப் பார்த்து மோகனமாகச் சிரித்தாள்.

அவனுக்கும் காய்ச்சல் ஏற்பட்டிருக்கிறது. காய்ச்சல் வந்தால் இப்படியெல்லாம் சிரிக்கத் தோன்றாது. தலைதூக்கி எழுவதற்குச் சிரமமாக இருக்கும். அவள் சொல்கிற பிரகாரம் உடம்பில் ஜுரம் இருப்பதாகத் தெரியவில்லை. ஆனால் அவள் உடம்பு மட்டும் நடுங்கிக்கொண்டிருப்பதைக் கருப்புத்துரையால் உணர முடிந்தது.

"அப்படி ஒண்ணும் தெரியலையே சின்னஆச்சி" கருப்புத்துரை சொல்லவும்,

‘உடம்பைத் தொட்டுப் பாருடா மாடா, அப்பத்தான் தெரியும்” என்ற அவள்,

அவனது கரத்தை மெதுவாகத் தனது கழுத்துப் பக்கம் கொண்டுபோனாள். அவள் பிடி மேலும் இறுகியது. கழுத்துக்குக் கீழே கரத்தைக்கொண்டு வந்தபோது, பத்மாவதி தனது இடது கரத்தால் ஜாக்கெட் பட்டனை அவிழ்த்துக்கொண்டிருந்தாள். அவள் மார்புகள் திறந்துகிடந்தன. கருப்புத்துரைக்குப் பிடரியில் கூச்சம் ஏற்பட்டது.

“கிச்சி மூட்டாதீங்க ஆச்சி” கூச்சத்தோடு சொன்ன கருப்புத்துரை, கரங்களை அவள் பிடியினின்றும் விடுவித்துக் கொள்ளச் சிரமப்பட்டான்.

“வெள்ளாடீதீங்க ஆச்சி. வேலை தலைக்கு மேலே கெடக்குது”

“வெளையாடக் கூடாதா? வெளையாடத்தாண்டா கூப்பிடறேன். அன்னெக்கி கத்துத் தர்றதாச் சொன்னேனே. புருஷன் பொஞ்சாதி வெளையாட்டு. அந்த வெளையாட்டு வெளையாடறத்துக்கு இப்போத்தாண்டா சமயம் வாச்சிருக்கு”

பத்மாவதி வெறிகொண்ட மட்டில் அவனது கரங்களைப் பற்றிப் பிடித்து இழுத்தாள். கருப்புத்துரைக்கு, பத்மாவதி பேய்பிடித்ததுபோல் தென்பட்டாள். வலுக்கட்டாயமாகப் பின்கட்டு வழியாக அரண்மனைக்குள் இழுத்துக்கொண்டு போனாள்.

கருப்புத்துரை, வாழ்நாளில் இவ்வளவு பிரம்மாண்டமான அறைகளையும், வேலைப்பாடமைந்த உட்புறத்தையும் பார்த்தது கிடையாது. இப்படி மென்மையான பெண்ணைத் தொட்டுப் பார்த்தது கிடையாது. அவனது வியப்புத் தீருவதற்குள், பத்மாவதி கருப்புத்துரையைத் தனது படுக்கை அறைக்குள் கொண்டு தள்ளினாள். வெறிகொண்டமட்டில் படுக்கையில் தள்ளி அவனது கன்னங்களையும், உதட்டையும் எச்சில் படுத்தினாள்.

“ஆச்சி! ஆச்சி! அக்குருவம் பண்ணாதீய. உடுங்க என்னை உட்டுருங்க.”

திமிறிய வண்ணம், தன் மார்பிலும் உதட்டிலும் பிசுபிசுக்கும் எச்சிலையும் துடைத்துக்கொண்டு, அவளது பிடியினின்றும்

விடுபட முயன்று பார்த்தான். ஆனால் கணத்துக்குக் கணம் அவள் பிடி இறுகியது. அவளது வெக்கை மிக்கப் பெருமூச்சும், உடம்பின் கதகதப்பும், அவனுள் ஏதோ ஒன்றை உசுப்பிவிடுவது போன்ற மயக்கம். அவனது உடம்பிலும் உஷ்ணம் புகுந்துவிட்ட உணர்வு.

"உடுங்க ஆச்சி! கூச்சமா இருக்கு. என்னமோ மாதிரி வருது"

அவள் பிடியினின்றும் விடுபடவும் முடியாமல், அவளை உதறி விடவும் முடியாமல், அவளது உணர்வே அவனுள் புகுந்துவிட்டதொரு கையறு நிலையில் கருப்புத்துரை திணறித் திண்டாடிக் கொண்டிருக்கும்போது அறையின் வாசலில் தட்டுப்பட்ட உருவத்தைக் கண்டு பதறிப்போய் கருப்புத்துரை ஸ்தம்பிதமாகிப் போனபோது,

"அடப் பாவி! என் குடியக் கெடுத்தானே" வாசலில் நின்றபடியே பெரியஆச்சி கூத்தநாச்சி கூச்சல் போட்டாள். பத்மாவதியின் பிடி தளர்ந்தது. பெரியஆச்சியைப் பார்த்ததும் கருப்புத்துரைக்கு உள்ளூற பயம் ஏற்பட்டது.

"நான் ஒண்ணுமே செய்யலே ஆச்சி. ஆத்தாதான் வெள்ளாடலாம், வாடான்னு இட்டாந்திட்டது" மார்பில் கைகளைப் புதைத்தவண்ணம் கருப்புத்துரை சொன்னான்.

அவிழ்ந்த கூந்தலும், மார்புக் கச்சையில்லாமலும், அரை நிர்வாண நிலையில் நின்ற பத்மாவதி, தாயாரை வெறிகொண்ட வேங்கையைப்போல் பார்த்தாள். கூத்தநாச்சிக்கே பயம் தட்டியிருக்க வேண்டும்.

"என்னடீ இது!" குரல் நடுங்கக் கேட்டாள்.

"என்னவா? என்னடீன்னா கேக்கறே. ஒனக்கும் ஒம்புருஷனுக்கும் சொத்துப் பத்துதான் பெரிசாப் போச்சு, நான் ஒன்னும் சாமியார் கெடையாது. ஊர் மெச்ச எனக்குக் கல்யாணம் பண்ணி வெச்சீங்களே, அப்புறம் என்ன செஞ்சுட்டீங்க, நித்தம் நித்தம் நான் செத்துட்டு இருக்கேன். நானும் ரெத்தமும் தசையுமுள்ள மனிச ஜீவன்தான்."

மேல்மூச்சு கீழ்மூச்சு வாங்க தாயைப் பார்த்துக் கூச்சல் போட்ட பத்மாவதி திடீரென்ற கீழே உட்கார்ந்து முகம் புதைத்துத் தேம்பித் தேம்பி அழ ஆரம்பித்துவிட்டாள்.

தனது செல்வ மகளிடமிருந்து இப்படி ஒரு புயல் கிளம்பும் என்று கூத்தநாச்சியார் எதிர்பார்க்கவில்லை. ஒரு கணம் திக்பிரமை பிடித்தவளாக நின்றிருந்தாள். பிறகு,

"அடப்பாவி மனுஷா, நான் படிச்சுப் படிச்சுச் சொன்னேன். கேட்க மாட்டேன்னிட்டு, பணத்தைக் கட்டிட்டு அழுதையே. இங்கே வந்து பாரு. ஒன் மவ செஞ்சிருக்க அநியாயத்தைப் பாரு. மானம் மருவாதை எல்லாம் போச்சுது. நாக்கைப் புடுங்கிட்டு நாண்டுகிட்டு நிக்கலாம் போலருக்கே. நான் என்ன செய்வேன் ஆண்டவனே!"

பெரிய ஆச்சியின் அபயக் குரலைக் கேட்டு கோவில் யானை போல், அறைகளைக் கடந்து பத்மாவதியின் படுக்கை அறையின் முன் வந்து நின்றார் சினாக் காவன்னா சித்திரபுத்திரன் செட்டியார். கணப்போதில் அங்கு நடைபெற்றிருக்கும் சம்பவங் களை ஊகித்தறிந்துகொண்டது செட்டியாரின் கம்ப்யூட்டர் மூளை.

'ஒன்னும் நடந்திரலையே?" மகளைப் பார்த்துக் கேட்பதுபோல் பொத்தாம் பொதுவாகக் கேள்வியைப் போட்டார்.

"நல்லவேளை நான் வந்திட்டேன். இல்லையானா இந்நேரம் நம்ம மானம், மட்டும் அல்லாம் காத்திலே பறந்திருக்கும்" பெரிய ஆச்சி சொன்னாள்.

பத்மாவதி வெறுப்புடன் எரித்துவிடுவது போல் செட்டியாரைப் பார்த்தாள். செட்டியார் தலையைக் குனிந்து நின்றார். அப்புறம் கருப்புத்துரையைப் பார்த்தாள். கருப்புத்துரை தண்ணீரில் தூக்கிப்போட்ட சுண்டெலியாகத் தவித்தான்.

ஏதோ சொல்லப் போன கூத்தநாச்சியைப் பார்த்து,

"சும்மா கூச்ச போடாதடீ முண்டே. ஊரைக் கூட்டி நீயே என்னைக் கேவலப்படுத்திப் போடுவே போலருக்கே" என்று மனைவியைக் கடிந்துகொள்ளவும் அவள் பெட்டிப் பாம்பாக அடங்கிப் போனாள்.

எந்தவிதமான இக்கட்டையும் சாமர்த்தியமாகச் சமாளிக்கும் அற்புதக் குணம் படைத்த சினாக் கவான்னா அசாதாரணமான பொறுமையைக் கடைப்பிடித்தார். அவர் மூளை மட்டும்

எப்போதும் போல் மிகவும் சுறுசுறுப்பாக இயங்கலாயிற்று. கருப்புத்துரையைக் கூட அவர் கோபித்துக் கொள்ளவில்லை.

"சரி! சரி போய் உன் வேலையைக் கவனி" என்று மனைவிக்கு உத்தரவிட்டார். பக்கத்து அறையில் இருந்த கொச்சைக் கயறு ஒன்றை எடுத்து வந்தார்.

"வாடா இப்படி" கருப்புத்துரையைப் பார்த்து உத்தரவு போடுவதுபோல் சொன்னார். இப்படிப்பட்ட இக்கட்டான நிலைமையில் மாட்டிக்கொண்டான் என்றால் கருப்புத்துரையின் மூளை பிசகிப் போகும். ஒன்னுமே செய்ய ஓடாது ஜடமாக நிற்பான். செட்டியாரின் ஆணைக்கு இணங்கி ஒரு யந்திரம்போல் பின் தொடர்ந்தான்.

செட்டியார் அவனது கரங்கள் இரண்டையும் பிணைத்துப் பின்புறமாக இறுக்கிக் கட்டினார். கயிறு பதித்த இடத்தில்; மணிக்கட்டில் வேதனை ஏற்பட்டது. ஏதாவது பேசினால் செட்டியார் அடித்துவிடுவாரோ என்ற பயம். பத்மாவதி படுக்கையில் விழுந்து குமுறிக் குமுறி அழுவது அவனுக்குப் பரிதாபகரமாக இருந்தது.

செட்டியார், ஒரு ஆட்டுக்குட்டியைக் கட்டுத்தலத்துக்கு இழுத்து வருவதுபோல், பிரம்மாண்டமான அந்த மாளிகையின், பிரம்மாண்டமான அறைகளின் வழியாக அவனை முன்கட்டுக்கு இழுத்து வந்தார்.

"எம்மாம் பெரிய வூடு. செட்டிப் பய அத்தனையவும் களவாண்டிருக்கானே" கருப்புத்துரை தனக்குள்ளேயே மனஸ்தாபம் கொண்டவனாகச் செட்டியாரைப் பின் தொடர்ந்து முன்கட்டுக்கு வந்தான். செட்டியாரையும் கருப்புத்துரையையும் பின்பற்றி நடந்து வந்த பெரியஆச்சிக்கு செட்டியார் நடவடிக்கை ஒன்றும் பிடிபடவில்லை. செட்டியார் அவனை நையப் புடைப்பார் என்றுதான் எண்ணியிருந்தாள். சில சமயம் செட்டியார் இப்படிப்பட்ட கோணங்கித்தனங்களில் ஈடுபடுவதுண்டு. கடைசியில்தான் அவர் செய்யும் உபாயத்தின் பொருள் புரிய வரும். எனவே,

"என்னங்க இது. இவ்வளவு செஞ்சிருக்கான்" என்று கேட்ட போது, செட்டியார் பதில் ஏதும் பேசாமல் கருப்புத்துரையை நடத்திக்கொண்டு போனார். முன் கட்டுக்குப் போனதும்

வில்வண்டி நிறுத்தப்பட்டிருக்கும் வேப்பமரத்தில், மரத்தோடு மரமாக பிணைத்துக்கட்டினார். கருப்புத்துரைக்கு உடம்பில் வலி ஏற்படவும், திமிறிப் பார்த்தான்.

“கருப்புத்துரை, ஏலே! திமிறப் பார்த்தே கொன்னு போடுவன்” என்று செட்டியார் எச்சரிக்கவும் மௌனமாக நின்றான். வேப்பமரத்தின் நிழலும் வீசும் காற்றும் இதமாக இருந்தது அவனுக்கு. கருப்புத்துரை, வலியை மறப்பதற்காகக் கற்பனையில் லயித்தான். ஒரு காலத்தில் அவனது மூதாதையர்கள் வாசம் செய்த மாளிகை அது. முன்கட்டின் அலங்காரமும், தொங்கவிடப்பட்டிருக்கும் சரவிளக்குகளும், தூண்களில் காணப்படும் சித்திர வேலைப்பாடுகளும், பார்ப்பதற்கே ஆச்சரியம் தருவதாக இருந்தது.

இதற்கிடையில் செட்டியார் மனைவியையும், பணி ஆட்களையும் விட்டு, கூத்தநாச்சி அடகுபிடித்திருந்த விலை உயர்ந்த பாத்திரங்கள் சிலவற்றை கருப்புத்துரையின் முன்னால் பரப்பி வைக்கச் சொல்லிவிட்டு, அய்யண அம்பலத்துக்கும் ஊர்ப் பெரிய மனிதர்களுக்கும், கூட்டிவர ஆள் அனுப்பி விட்டு, ஆனைக்கால் நாற்காலியில் வந்து சாய்ந்துகொண்டார். ஒரு காலத்தில் சிருங்காரபுரி ஜமீன் வம்சத்தினர் உபயோகப்படுத்திய நாற்காலி அது.

“செருக்கி மவன் செட்டியார், ஊர் முதலைக் கொள்ளை யடிச்சுப் போட்டு ஒக்காந்திருக்க லட்சணத்தைப் பாரு” செட்டியார் உட்கார்ந்திருக்கும் தோரணையைப் பார்த்து கருப்புத்துரை தனக்குள்ளேயே செட்டியாரை வைதுகொண்டான். உள்ளூறக் கடும் கோபம்.

“படீர்” என்று கன்னத்தில் செருப்படி விழுந்தபோதுதான் கருப்புத்துரை சுய உணர்வு பெற்று ஏறிட்டுப் பார்த்தான். அய்யண அம்பலம் செருப்பைக் கையில் பிடித்தவண்ணம் நின்றிருந்தார். அம்பலத்தைச் சுற்றி ஊர்ப் பெரிய மனிதர்கள்.

“வக்காளி, களவாணிப்பய புள்ளே. ஈனச்சாதி நாயே. உண்ட வூட்டுக்கே ரண்டகம் பண்ணிப் போட்டையடா” என்று கோபாவேசமாகக் கத்திக்கொண்டு திரும்பவும் செருப்பால் இரண்டு கன்னங்களிலும் மாறி மாறி அடித்தார் அம்பலம். அவருக்கு, அவன் தன்னை மதிப்பதில்லை என்று ஆங்காரம்.

“களவாணிப்பய நாயி. நாயைக் குளுப்பாட்டி நடுவூட்டிலே வச்சா அது புத்தி போவுமா என்ன?” பக்கத்தில் நின்ற பெரிய மனிதர் அவனது பிறவிக் கூற்றை ஆராய்ந்து பேசினார்.

“இந்தத் திருட்டு வேலை எம்புட்டு நாளா நடக்குது சினாக் காவன்னா?” என்று ஒருவர் கேட்கவும்,

“எம்புட்டு நாளுன்னு துல்லியமாகத் தெரியலே. ஆச்சி அடகுபுடிச்ச பொருள் ஒவ்வொன்னா களவு போயிருக்கு. சொல்லப் போனா, ரொம்ப நாளா நடந்திட்டு இருந்திருக்கு. இப்போத்தான் கையும் களவுமா புடிபட்டிருக்கான்” செட்டியார் நாற்காலியை விட்டு இறங்கி வந்து, ஊர்ப் பெரியவர்களிடம் மேவலானார்.

“களவாணிப்பய புள்ளெ. ஆட்டைக் கடிச்சு மாட்டைக் கடிச்சு மனிசனைக் கடிச்சதாட்டம், ஊருக்கே சோறு போடற தர்மவான் ஊட்டுலேயே கன்னம் வைக்க ஆரம்பிச்சிருக்கேயே. நீயெல்லாம் உருப்படவா போறே” என்று சொன்னபடியே, ஊர் நாட்டாண்மை தன் பங்குக்குச் செருப்பைக் கழற்றி நாலு அடி அடித்தார். பல் உடைந்தது. உதட்டில் ரத்தப்பெருக்கேற்பட்டது. கருப்புத்துரைக்கு ரோஷமும் கோபமும் ஏற்பட்டது.

“ஆரைப் பார்த்து திருடனிண்டு சொல்றே. திருட்டுப் பயவ அத்தனை பேரையும் உட்டுப்போட்டு என்னை ஏம்பா அடிக்கறீங்க? இந்தச் செட்டியார்தான் திருடன் கொள்ளைக்காரன். அம்ம குடிபடைச் சொத்தை அல்லாம் கொள்ளையடிச்சவன். அவனை உட்டுட்டு என்னையப் போயி அடிக்கிறீங்களே” என்று அவன் வேகமாகச் சொல்லவும் அய்யண அம்பலத்துக்குச் சண்டாளமாகக் கோபம் ஏற்பட்டது.

“அடி செருப்பால; ஈனச்சாதி நாயிக்கு இருக்க வாக் கொழுப்பைப் பாரு. நம்மளுக்குப் புத்தி சொல்ல வர்றாரோ?”

திரும்பவும் செருப்பால் அவன் முகத்திலும், முதுகிலும், கண்ட கண்ட இடமெல்லாம் கோபம் தணியும்வரை அடித்தார். நல்ல வேளை இப்போவாவது சிக்கினானே, இல்லையானா செட்டியார் ஊட்டு நகை நட்டு அத்தனையுமல்லவோ அள்ளிட்டுப் போயிருப்பான்” காவல்காரத்தேவர் தூபம் போட்டார்.

செட்டியாரிடம் கடன் பெற்றவர்கள், கடன் பெறப் போகிறவர்கள் அத்தனை பேரும் சினாக் காவன்னா சித்திரபுத்திரன் செட்டியாரை மகிழ்விப்பதற்காகவும், சலுகை பெறுவதற்காகவும் வேண்டி, அவரவர் பங்குக்கும், நாலு அடியாவது செமத்தியாக அடிக்காமல் போகவில்லை. இதன் காரணமாக உடம்பெல்லாம் உதிரம் பெருக்கெடுத்து ஓட, கட்டுண்ட மட்டில் கருப்புத்துரை வேப்பமரத்துக்கடியில் மாலை வரை நின்றுகொண்டிருந்தான். கருப்புத்துரை எவ்வளவோ மூளையைப் போட்டுக் குடைந்து கொண்ட போதும், செட்டியார் தன்னை ஏன் வேப்பமரத்தில் கட்டி வைத்தார், எதற்காக அடிக்கிறார்கள் என்பதை மட்டும் புரிந்துகொள்ள முடியவில்லை.

ஈனப்பேச்சி மட்டும் சேதி கேட்டுப் பதைபதைப்புடன் செட்டியார் அரண்மனைக்கு வந்து, கருப்புத்துரையை மானாங்காணியாகத் திட்டிவிட்டு, தனது வளர்ப்பு மகன் அறியாமல், தெரியாமல் செய்திருக்கும் குற்றத்தை மன்னித்து, அவனை விடுவிக்கும்படி செட்டியாரையும், அய்யண அம்பலத்தையும், ஊர்ப் பெரியவர்களையும் காலில் விழுந்துக் கெஞ்சிப் பார்த்தாள். அம்பலத்துக்குக்கூட ஈனப்பேச்சியின் பரிதாபமான நிலைமை பற்றிக் கருணை ஏற்பட்டது.

சிருங்காரபுரியைப் பொறுத்தமட்டில், இப்படி ஏதாவது சிறுக் குற்றங்களை யாராவது செய்துவிட்டார்கள் என்றால், அய்யண அம்பலம் தலைமையில் ஊர்க்கூட்டம் போடப்படும். குற்றம் செய்தவனை, அவன் குடும்பத்தைச் சேர்ந்தவர்களே, தலைத்துண்டை எடுத்து, இடுப்பில் இறுக்கிக் கட்டிக்கொண்டு சபையோருக்கு முன்னால் நெடுஞ்சாண் கிடையாக விழுந்து எழுந்திருக்கவேண்டும். சபையோர்கள் மன்னித்தோம் என்று சொல்லும் வரையில் இந்தச் சடங்கு நடைபெறும். அப்புறம், ஏதாவது ஒப்புக்கு அபராதம் போட்டு, குற்றவாளியை மன்னித்து, ஊர்ச்சபை அனுப்பிவிடும். உச்ச பச்சத் தண்டனையாக ஓரிரு மாதங்கள்வரையில் குற்றவாளி ஊர் விலக்குச் செய்யப்படுவதும் உண்டு. புருஷன் மனைவி குடும்பத் தகராறு முதல் கொலைக் குற்றம் வரையில் இப்படி ஊர்ப் பஞ்சாயத்தில் பைசல் செய்யப்பட்டிருக்கிறது. எனவே, அப்படி ஏதாவது தண்டனைக் கொடுத்து கருப்புத்துரையை மன்னித்துவிடலாம் என்கிற யோசனையை ஊர்ச்சபையோரும் அய்யண அம்பலமும்

சித்திரபுத்திரன் செட்டியாரிடம் சொல்லிப் பார்த்தார்கள். அவர் மசியவில்லை. கருப்புத்துரையைப் போலிஸில் ஒப்படைத்தாக வேண்டும் என்று பிடிவாதமாக நின்றார்.

சினாக் காவன்னா செட்டியாரைப் பொறுத்தமட்டில், கருப்புத்துரையை மேலும் ஊருக்குள் நடமாடவிட்டால், ஒரு வேளை, அவன் உண்மையை ஊருக்குச் சொல்லிவிட்டான் என்றால் தலை நிமிர்ந்து நடமாடக்கூட முடியாது. தனக்காக இவ்வளவு சிலாகித்துப் பேசும் அய்யண அம்பலமே அவரை அவதூறாகப் பேச ஆரம்பித்துவிடுவான். இப்போது நீறுபூத்த நெருப்பாக இருக்கும் பலபேருடைய பொறாமைக் குணமும், அவர் மீது ஏற்பட்டிருக்கும் வெறுப்பும் விஸ்வரூபம் எடுத்துவிடும். பத்மாவதியையும் அமைதிப்படுத்துவது என்பது சாதாரணமாக நடக்கக்கூடியதல்ல. அவளுடைய பிடிவாத குணம், நினைத்தால் கருப்புத்துரையுடன் ஓடிக்கூடப் போய்விடுவாள். இது செட்டியாருக்கு நன்றாகவே தெரியும். எனவே, கருப்புத்துரையைப் போலிஸில் ஒப்படைத்தாக வேண்டும் என்று ஒற்றைக்காலில் நின்றார். பெரிய இடத்துப் பொல்லாப்பை விலைக்கு வாங்கவேண்டாம் என்று அய்யண அம்பலம் தலையைக் கழட்டிக்கொண்டார். ஊர்ச்சபையும் செட்டியார் போக்குக்குத் தலை சாய்த்தது. சிருங்காரபுரியில் போலிஸ் ஸ்டேஷன் போன வழக்கு கருப்புத்துரை வழக்கு மட்டும்தான்.

கடைசியில், அன்றைய தினம் இரவில், கருப்புத்துரை திருடியதாகக் குவித்து வைத்தப் பண்ட பாத்திரம் சகிதமாக, செட்டியார் வீட்டு வில்வண்டியில், பக்கத்து ஊருக் காவல் நிலையத்துக்குக் கொண்டுபோகப்பட்டன.

சட்டப்பூர்வமான முறையில் கருப்புத்துரை, திருடன் என்ற பட்டம் சூட்டப்பட்டு லாக்கப்பில் தள்ளப்பட்டான்.

தனது குடும்பத்துக்கு ஏற்படவிருந்த மாபெரும் அவமானத்தினின்றும் காப்பாற்றப்பட்டதனால், செட்டியார் நிம்மதிப் பெருமூச்சுவிட்டார்.

கூத்தநாச்சி ஆச்சி பழனி முருகனுக்குப் போய் மொட்டை போட்டுக்கொள்வதாக வேண்டிக்கொண்டாள்.

7

கருப்புத்துரையை இரவோடு இரவாக சித்திரபுத்திரன் செட்டியார் போலிஸ் ஸ்டேஷனில் கொண்டு ஒப்படைத்ததோடு, வெகு சீக்கிரமே சிருங்காரபுரி மக்கள் அவனை மறந்து போனார்கள்.

செட்டியாரைப் பொறுத்தமட்டில் தலைக்கு வந்த ஆபத்து தலைப்பாகையுடன் போயிற்றே என்கிற மன ஆறுதல் இருந்த போதும், கருப்புத்துரை மீண்டும் ஊருக்குள் வராமல் இருப்பதற்கான சகல ஏற்பாடுகளையும், ஊர் மக்களுக்குத் தெரியாமலேயே செய்துவந்தார். சினாக் காவன்னா எந்த ஒரு காரியத்தைத் தொட்டாலும் அதன் கடைசி முடிவு தெரியும் வரையில் விடமாட்டார். அப்படி ஒரு கண் கொத்திப் பாம்புக் குணம். அதிலும் தனது குடும்ப மானம் சம்பந்தப்பட்ட காரியமாக இருந்ததால் இரட்டிப்புக் கவனம் செலுத்தலானார். எனவே, மாதம் தவறாமல் காவல் நிலையத்துக்கும் நீதிமன்றத்துக்கும் போய் வந்தார். கருப்புத்துரை செய்த களவு சில்லுண்டி இனத்தைச் சேர்ந்த வகை என்ற போதிலும், பார்க்க வேண்டியவர்களைப் பார்த்து, அவர்களுக்குச் செலுத்தப்பட வேண்டிய கப்பத்தையும் கட்டி, குற்றத்துக்குக் கையும் காலும் வைத்து, கருப்புத்துரை பெரிய கொள்ளைக் கூட்டத்துத் தலைவன் என்று பூதாகரமாகச் சித்திரம் தீட்டி, பெரிய தண்டனை கொடுக்கப்பட்டப் பின்புதான் ஊருக்குத் திரும்பினார். எப்படியும் அவன் தண்டனைக் காலம் முடிந்து வெளியே வருவதற்குக் குறைந்தது ஐந்து ஆண்டுகளாவது ஆகும் என்ற நிலைமை ஏற்பட்ட பின்புதான் நிம்மதிப் பெருமூச்சுவிட்டார் செட்டியார்.

கருப்புத்துரை சிறைக்கு போனதற்குப் பிறகு அவனுக்காக மன வருத்தப்பட்ட ஒரே ஒரு ஜீவன், அவனது வளர்ப்புத் தாயான

ஈனப்பேச்சி மட்டும்தான். வயது ஆகிவிட்டதால் அவளால் ஓடி ஆடி வேலை செய்யச் சிரமமாக இருந்தது. முறைக்கஞ்சி வாங்குவதற்கும், வெள்ளாவித் துணிகளை வெளுப்பதற்குக்கூட ஆள் கிடையாது. பஞ்சகல்யாணிக் கழுதை கூட அவளை மதிப்பது கிடையாது. அதற்குக் கழுநீர்த் தண்ணீர்கூட அவளால் கொடுக்க முடியவில்லை. பசிக் கொடுமை காரணமாக இரவு வேளைகளில் தோட்டங்களில் நுழைந்து நிறைபொதி என்றுகூடப் பாராமல் பயிர்ப் பச்சைகளை மேய்ந்து நாசம் செய்துவிடுவதால் ஊர் ஏச்சுக்கும் பேச்சுக்கும் ஆளாக வேண்டியிருந்தது. கருப்புத்துரை சம்பவத்துக்குப் பிறகு சித்திரபுத்திரன் செட்டியார், அவளைத் தன் வீட்டுப்பக்கமே தலைகாட்டக் கூடாது என்று கடுமையாகச் சொல்லிவிட்டார். எனவே, வாரத்தில் ஒரு நாளாவது வயிறாரச் சாப்பிடலாம் என்கிற நிலைமையும் அற்றுப் போய்விட்டது. எனவே, வயிறு பசிக்கும் வேளையில் அவளுக்குத் தன் வளர்ப்பு மகனது நினைப்பு வரும். ஒப்பாரி வைத்து அழுவாள். சில நேரங்களில் வைது தீர்ப்பாள். கடைசியில் ஒருநாள் நாதியற்ற நிலைமையில், வெண்ணாற்றங் கரையில், பிணமாகக் கிடந்தாள். அதற்குப் பிறகு பஞ்சகல்யாணிக் கழுதையும் நீண்ட நாள்கள் உயிரோடு இருக்கவில்லை. ஈனப்பேச்சியின் மறைவுக்குப் பின் ஓடைக் கரையில் தலையைத் தொங்கப் போட்டவாறே, துக்க சாகரத்தில் ஆழ்ந்ததுபோல் நின்றிருந்த பஞ்சகல்யாணியும், மண்டையைப் போட்டு விட்டது. ஈனப்பேச்சியும் கருப்புத்துரையும் குடியிருந்த குட்டிச்சுவர் மட்டும் சாட்சியாக ஊருக்குக் கிழக்கே வெயிலிலும் மழையிலுமாக நனைந்து, கரைந்து சிதிலமடைந்து கொண்டிருந்தது.

கருப்புத்துரை சிருங்காரபுரி கிராமத்தை விட்டுப் போனதற்கப்புறம் ஏற்பட்ட மிகப்பெரிய சம்பவம், அந்த ஊரு மக்களுக்கே தெரியாமல் புகுந்துவிட்டது பஞ்சம். சிருங்காரபுரி மாஜி ஜமீன் பகுதியிலும், சுற்றுவட்டாரத்திலும் திடீரென்று மழை பொய்த்துப் போயிற்று. வெட்டுக்கிளி வேறு உருவாகி மிச்சப் பயிர் பச்சைகளையும் மொட்டையடித்துப் போயிற்று. மக்களும், மழை இன்றுவரும் நாளைவரும் என்று சாதகப்பட்சிகளைப்போல வானம் பார்த்துக் கிடந்தார்கள். மழைப் பொய்த்துவிட்டதால் ஊரணி, குளம், கிணறுகள்

எல்லாம் நீர் வற்றி வறண்டு, மலடியின் வயிற்றைப் போன்று வெறுமையாகக் கிடந்தன.

நிர்மலமாய்க் கிடக்கும் வானப்பரப்பில் எப்போதாவது மழைக்கருக்கல் தென்படும். வருண பகவானுக்குக் கருணை பிறந்துவிட்டதென்று ஊர்மக்கள், பல்லிச் சொல் கேட்டு இஷ்ட தேவதைகளுக்கும் ஊர்ச்சாமிகளுக்கும் கொடை எடுப்பார்கள். மழை வரும் என்று கெடுப்போடுவார்கள். கடனை வாங்கி, வானம் பார்த்த பூமியை எல்லாம் உழுது சாலடித்து மழைக்காகக் காத்து நிற்பார்கள். வான மண்டலத்தில் மேகம்கூடத் திரண்டு நிற்கும். ஒன்னு ரெண்டு தூறல்கூட நிலத்தில் விழுந்து சுவறிப்போகும். தொடர்ந்து சூறாவளியாக வீசும் பேய்க்காற்று மேகக் கூட்டத்தையும் மழையையும் தள்ளிக்கொண்டு, வேற்று ஊருக்கு அல்லது வேற்று நாட்டுக்குப் போய்விடும். வானம் திரும்பவும், அந்த மக்களின் எதிர்பார்ப்பைப்போல மலடாகிவிடும். கடைசியில் மிஞ்சுவது, பஞ்சம். பஞ்சம் ஒரே பஞ்சம்.

உள்ளது உரியது எல்லாவற்றையும் விற்று, விவசாயம் செய்ய வழியில்லாமல் போகவே, சிருங்காரபுரி மக்கள் சிலபேர் பிள்ளை குட்டிகளுடன் பக்கத்து சிமெண்ட் தொழிற்சாலைக்குக் கல் எடுக்கும் குவாரிக்குக் கூலிகளாகப் போனார்கள். வேறு சிலர் பஞ்சம் பிழைப்பதற்காக வெளியூர் போனார்கள்.

நாட்டில் பஞ்சம் ஏற்பட்டு, வரிகூடக் கட்ட முடியாமல் மக்கள் அவதிப்படுவதைக் கண்ட அரசாங்கம், சிருங்காரபுரி (பழைய ஜமீன்)க்கு உட்பட்ட பகுதியையும், அதை ஒட்டிய பிரதேசத்தையும் பஞ்சப்பிரதேசம் என்று அறிவித்துக் கடன் நிவாரணச் சட்டத்தையும் அமுல்படுத்தியது. வாங்கிய கடனுக்கு வட்டியில்லை என்றும், குறிப்பிட்ட அளவு கடன் வஜாச் செய்யப்படும் என்றும் அறிவித்து, கடன் நிவாரணச் சட்டத்தையும் அமல்படுத்தவும் செய்தது.

இப்படி, அரசு ஒரு நடவடிக்கை மேற்கொண்டதன் காரணமாக, சினாக் காவன்னா சித்திரபுத்திரன் செட்டியார் தொலைந்தார் என்றுதான் பலர் பண்ணினார்கள். செட்டியார் தலையில் துண்டைப் போட்டுக்கொண்டு போன மச்சான் திரும்பி வந்தான் கோவணத்தோடே என்கிற அளவில் செட்டிநாட்டுக்குத் திரும்பிப் போகிறார் என்று அவரது எதிரிகள்

கதை கட்டிவிட்டார்கள். ஆனால் செட்டியார் வெயிலில் போட்டால் காயவும் மாட்டார்; நீரில் போட்டால் நனையவும் மாட்டார் என்கிற சூட்சுமம் அவர்களுக்குத் தெரியாது. தனக்குப் பாதகமாக வரும் சூழலையெல்லாம் சாதகமாக மாற்றக்கூடிய ரசவாத குணம் படைத்த மகா சமர்த்தர் செட்டியார்.

ஊரில் பஞ்சம் தலைவிரித்தாடியதாலும், அரசு அதிகாரிகளும் காவல்துறையினரும் கெடுபிடி செய்ததாலும், செட்டியார் தனது வட்டி பிஸினஸையே நிறுத்திவிட்ட மாதிரி ஒன்றிரண்டு மாதம் பாவலா காட்டினார். தனக்குப் பெருத்த நட்டம் ஏற்பட்டுப் போனமாதிரி, ஊரில் வதந்தியைக் கிளப்பிவிட்டார். அப்புறம் வட்டித்தொழிலை, முன்கட்டிலிருந்து நடுக்கூடத்துக்கு மாற்றிக்கொண்டார். பணம் கேட்டு வந்தால் அப்பாவியாகப் பாசாங்கு செய்வார். மிகவும் வற்புறுத்தப்பட்டதற்குப் பிறகு தனது கையிருப்புப் பணம் மலேஷியாவில் இருக்கும் உறவினருக்குச் சொந்தமான பணம் என்று கூசாமல் பொய் சொல்லுவார். ஆதாரம் இருந்தால்தான், மலேஷியாக்காரருக்கு ஜவாப் சொல்ல முடியும் என்று அடித்துப் பேசிவிட்டு, அசையாப் பொருள் சம்பந்தப்பட்ட தஸ்தாவேஜுகள், செட்டியாரின் இருப்புப் பெட்டிக்குள் போன பின்புதான் செட்டியார் இரும்புப் பெட்டியில் இருந்து பணத்தையே வெளியில் எடுப்பார். வட்டாரத்தில் எவ்வளவு பெரிய மனிதராக, பிரபலஸ்தராக இருந்தாலும் செட்டியார் கவலைப்படமாட்டார். வாங்கிய தஸ்தாவேஜுகளையும் எப்படியாவது வில்லங்கப்படுத்தியும் விடுவார். இவ்வாறு பல பெரிய குடும்பங்களின் சொத்துக்கள் செட்டியார் கைவசமாயிற்று. பல பெரிய மனிதர்களின் குடுமி செட்டியார் கையில் அடங்கிப் போயிற்று. இவ்வாறு சிருங்காரபுரி மக்களும், பக்கத்து வட்டார மக்களும் ஆக்டபஸின் பிடியில் அகப்பட்ட ஜந்துவைப்போல, செட்டியாரின் லேவாதேவியின் பிடியில் மாட்டிக்கொண்டு அவஸ்தைப்பட்டார்கள். ஷைலக்கைவிடத் தானும் கொடிய குணம்கொண்ட சினாக் காவன்னா சித்திரபுத்திரன் செட்டியாரின் வட்டி பிஸினஸ், அரசாங்கம் கொண்டுவந்த சட்டத்தையும் ஜீரணித்து ஏப்பம்விட்டு நாளொரு மேனியும் பொழுதொரு வண்ணமாகக் கால் பரப்பி வளர்ந்துகொண்டிருந்தது.

இப்படிப்பட்ட சூழலிலும், பஞ்சத்தாலும் பசியாலும் சிருங்காரபுரி மக்கள் சிக்கி அவதிப்பட்டுக்கொண்டிருக்கும்

வேளையில்தான் கருப்புத்துரை தனது தண்டனைக் காலம் முடிந்து சிருங்காரபுரி கிராமத்துக்கு வந்து சேர்ந்தான்.

ஜெயிலில் இருந்த காலத்தில் கருப்புத்துரைக்கு சாப்பாட்டுக் கவலை என்பது கிடையாது. இட்ட வேலையைச் செய்வான். மணியடித்தால் சாப்பாடு என்கிற நிலை. எப்போதாவது வார்டர்களுக்குக் கை குறுகுறுத்தால், அல்லது சகக்கைதிபால் கோபம் ஏற்பட்டால் அவர்கள் கோபம் இவன்பால் திரும்பும். செம்மையாக உதைத்துப் போடுவது உண்டு. கருப்புத்துரை அதைப் பற்றியெல்லாம் அக்கறைப் படமாட்டான். தலைவிதி என்று ஏற்றுக்கொள்வான்.

அப்படிப்பட்டச் சூழ்நிலையில் விடுதலையாகி ஊருக்கு வந்து இரண்டு நாட்களுக்கு மேலாகிப் போய்விட்டது. பசி அவனைப் பிய்த்துத் தின்ன ஆரம்பித்துவிட்டது. தாகத்துக்குக் குடிக்கத் தண்ணீர்கூடக் கிடைக்கவில்லை. ஊருக்குள் குருவி குடிக்கக்கூட தண்ணீர் இல்லாத நிலைமை. கருப்புத்துரை ஊருக்குள் வந்த உடனேயே தனது வளர்ப்புத் தாயான ஈனப்பேச்சி யையும், தனது சகதொழிலாளியான பஞ்சகல்யாணியையும் தேடிப் போனான். ஈனப்பேச்சி இருந்த வீடு இடிந்து சிதிலமடைந்து குட்டிச்சுவராக நிற்பதைப் பார்த்து திகைத்துப்போன கருப்புத்துரை, அவளைத் தேடி வெண்ணாற்றங் கரைக்குப் போனான். ஆறு வெண்மணல் பரப்பில் கிடந்தது. கருப்புத்துறை இருந்த இடம்கூடத் தெரியவில்லை. பஞ்சகல்யாணி ஓய்வெடுக்கும் மஞ்சணத்தி மரத்தைக்கூட யாரோ வெட்டி எடுத்துக்கொண்டு போயிருக்கிறார்கள். பஞ்சகல்யாணியையும் ஈனப்பேச்சியையும் பெயர்சொல்லி கூவியழைத்துப் பார்த்தான். வெட்ட வெளியில் அவன் குரல் கரைந்து மறைந்து போயிற்று. வயிற்றுப் பசியை அவனால் தாங்க முடியவில்லை.

ஊருக்குள் வந்தான். ஊர் மந்தை வெறிச்சோடிக் கிடக்கிறது. உச்சி வெயில்கூட தகிக்கிறது. தெருவுக்குள் நுழைந்து, வழக்கம்போல் முறைக்கஞ்சி வீடுகளுக்கு முன்னால் போய் நின்று பார்த்தான்.

“கருப்புத்துரை வந்திருக்கேன். ஆத்தா கஞ்சி ஊத்துங்க” என்று வழக்கப்படியாகக் குரல் கொடுத்துப் பார்த்தான். வீடுகள் பெரும்பாலும் மாற்றமடைந்திருந்தன. கதவுகள் பூட்டப்

பட்டிருந்தன. வீட்டுத் திண்ணைகளில் படுத்துக்கிடந்த நாய்கள், மீசையும் தாடியுமாகப் பாதி நிர்வாணக் கோலத்தில் நிற்கும் கருப்புத்துரையைப் பார்த்து மிரண்டு போய் ஓடி ஒளிந்து கொண்டன. பஞ்சத்தில் அடிபட்டதன் காரணமாகவோ என்னவோ, நாய்களுக்கே உரித்தான மூர்க்கக் குணமும், கோபமும், வேகமும் இல்லை. சில நாய்கள் அவனை முறைத்துப் பார்த்துவிட்டுத் திரும்பவும் கண்ணை மூடித் தூங்கவாரம்பித்தன. ஊருக்குள் ஜீவகளையற்ற நிலைமை.

எங்கும் எதுவும் கிடைக்காததால் அம்பலகாரர்கள் தெருவுக்குள் நுழைந்தான். இரண்டு தெருக்களில் அலைந்து பார்த்தாயிற்று. ஏமாற்றம்தான். மூன்றாவது தெருவில் நுழைந்த போது, தெருக் கோடியில் புதிதாக முளைத்திருக்கும் காரை வீட்டுக்கதவு லேசாகத் திறந்துகிடக்கிறது. உள்ளேயிருந்து, இனிமையான மாமிச உணவின் மணம். மோப்பச் சக்தி மிக்க நாயைப் போலத் திரும்பத் திரும்ப மூச்சை உள்வாங்கி உணவின் ருசியை மானசீகமாக ருசித்துக்கொண்டான்.

கதவை ஒதுக்கிக்கொண்டு எட்டிப் பார்த்தான். கருங்காலி மரத்தில் வடித்தெடுக்கப்பட்ட சிலையாக, நடுத்தர வயதுப் பெண்மணி திண்ணையில் ஒருக்களித்துப் படுத்துக்கிடக்கிறாள். கிராமத்துப் பெண்களுக்கு உள்ள தோரணைப்படி, மேல் சட்டைகூட அவள் அணிந்திருக்கவில்லை. மாராப்புச் சேலை மட்டும் அவள் மானத்தை மறைத்திருக்கிறது. அந்தப் புதிய வீடு, மிராசுதாரும், பஞ்சாயத்துத் தலைவருமான அய்யண அம்பலத்தின் தற்போதைய வைப்பாட்டியான சுப்புத்தாய் குடியிருக்கும் வீடு என்பதும், அங்கே சுகமாகத் திண்ணையில் நித்திரை போவது சுப்புத்தாய் என்பதும் கருப்புத்துரைக்குத் தெரிந்திருக்க நியாயமில்லை.

நாட்டில் ஏற்பட்ட பஞ்சம் எப்படி சித்திரபுத்திரன் செட்டியாரைப் பாதிக்கவில்லையோ, அதே மாதிரி அய்யண அம்பலத்தையும் பாதிக்கவில்லை. இப்போது ஏற்பட்டிருக்கும் அரசியல் சூழ்நிலையில், ஓணான் நிறத்தை மாற்றிக்கொள்கிற மாதிரி, தான் போடும் கட்சிச் சட்டையையும் சின்னம் பதித்த மோதிரத்தையும் மாற்றிக்கொண்டு தன் அந்தஸ்தையும் காப்பாற்றிக்கொள்ளும் குணநலம் படைத்தவன் அய்யண

அம்பலம். இத்னால், அந்தப் பகுதி அரசு காண்ட்ராக்ட் எல்லாம் அம்பலத்துக்குத்தான். கட்டப் பஞ்சாயத்து வேறு, அத்துடன் கள்ளச்சாராயக் கடத்தல், லேவாதேவியும் உண்டு. எனவே, எப்படி அவனுக்குச் செல்வமும் செல்வாக்கும் அதிகப்படுகிறதோ, அதேபோல், ஆசை நாயகிகளும், மனிதன் ஒரு பெண்ணைத் தொட்டுவிட்டான் என்றால், வஞ்சகமில்லாமல், அந்தப் பெண் வேலைக்குப் போகாமல் சுகிப்பதற்கான அத்தனை வசதிகளையும் செய்துகொடுத்துவிடுவான். அப்படிச் சமீப காலத்தில் அய்யண அம்பலத்தினிடம் வந்தடைந்தவள்தான் சுப்புத்தாய். அன்றைக்குச் சுப்புத்தாய் வீட்டு முறை.

அன்று புதன் கிழமையாகையால் அம்பலத்துக்குக் "கவுச்சி" இல்லாமல் சாப்பாடு இறங்காது. சுருதி கூட்ட தண்ணியும் தேவை. அய்யண அம்பலம் தனது வேலைகளையெல்லாம் முடித்துவிட்டு, சூரியன் உச்சி திரும்பும் நேரத்தில் சுப்புத்தாய் வீட்டுக்கு வந்து சேருவான். தனது ஆசை நாயகியின் திருக்கரங்களால், உச்சியில் நல்லெண்ணெய் வைக்கப்பட்டு சுகமான வகையில் எண்ணெய் ஸ்நானம் செய்து, அவள் கையால் பறிமாறப்படும் கோழி வறுவலையும் பட்டைத் தண்ணியையும் அருந்தி, அவள் உடம்பின் கதகதப்பில் சுகித்துக் கிடந்து மறுநாள் பொழுது விடியும் போதுதான் உலகத்தையே ஏறிட்டுப் பார்ப்பான். எனவேதான் அய்யண அம்பலத்துக்குப் பிரியமான உணவை எல்லாம் சமைத்து எடுத்து வைத்து, அவனது வரவுக்காகக் காத்திருக்கிறாள் சுப்புத்தாய்.

"வாசலோரம் நின்றபடியே உள்ளே போகலாமா, வேண்டாமா என்று ஒரு கணம் யோசித்துப் பார்த்தான் கருப்புத்துரை. வீட்டுக்குள் கால் எடுத்து வைக்க பயமாக இருந்தது. இதுவரையில் மேல் ஜாதிக்காரர்கள் வீட்டில் அவன் நுழைந்தது கிடையாது.

"ஹூம், நான் என்ன சாதாரண ஆளா? ஜமீன் வம்சம். எங்கேயும் போவலாம். வரலாம். நம்மளெ ஆரு கேக்கறது?"

தனக்குள்ளேயே திருப்தியடைந்த மட்டில் சொல்லிக் கொண்டவன், கதவைத் திறந்துகொண்டு கூடத்திற்குள் வந்தான். சுப்புத்தாய் சுகமான நித்திரையில் ஆழ்ந்திருந்தாள். கருப்புத்துரை அவளைப்பற்றியெல்லாம் கவலைப்படவில்லை. வாசனை வந்த திக்கை நோக்கி நடந்தான். கடைசியில்

சமையற்கட்டை அடைந்தபோது அவனுக்கு ஆச்சரியம் காத்திருந்தது.

அத்தனையும் ருசியான உணவுப் பண்டங்கள். அவற்றைப் பார்த்தபோது கருப்புத்துரையின் பசி இரட்டிப்பாயிற்று. சுற்றும் முற்றும் பார்த்தான். தெருவில் மனித நடமாட்டமே இல்லை. பசிமிக்க ராட்சதனைப் போல் அடுக்களைக்குள் பாய்ந்தான். அடுப்போரம் படுத்துக்கிடந்த கறுப்புப் பூனையானது, பூதம் போல் வந்து நிற்கும் கருப்புத்துரையைக் கண்டதும் பயந்துபோய், சுப்புத்தாய் மீது பாய்ந்து அபாயக்குரல் எழுப்பித் தெருவில் விழுந்து தலைதெறிக்க ஓடியது.

பூனை உண்டு பண்ணிய கலவரத்தில் பதறியடித்துக் கொண்டு எழுந்த சுப்புத்தாய் அடுக்களையை எட்டிப்பார்த்தாள். அடுப்பங்கரையில் அரை நிர்வாண நிலையில், தாடியும், மீசையும் பரட்டைத் தலையுமாக, வனத்தினின்றும் தப்பிவந்த கரடியைப் போல் உட்கார்ந்திருக்கும் கருப்புத்துரையைப் பார்த்துப் பயந்து போனாள் சுப்புத்தாய். பாதித் தூக்கத்தில் இருந்த அவளுக்கு, கருப்புத்துரையின் ஆகுதியும், கோலமும், வானத்துக்கும் பூமிக்குமாக, பூதாகாரமாக உருவம் எடுத்திருக்கும் முனீஸ்வரன்போல் பட்டது. ஏற்கெனவே நான் எச்சில் பட்டுப்போன ஜீவன் என்பதால், உச்சிப் போதில் தன்னை அடித்துக் கொல்வதற்கு முனீஸ்வரன் அடுப்பங்கரையில் பதுங்கி நிற்கிறது என்று கற்பனை பண்ணிக்கொண்ட சுப்புத்தாய் தன்னைக் காப்பாற்றிக்கொள்ள கூடத்தினின்றும் வீதிக்குப் பாய்ந்தாள். கையும் வராமல், காலும் வராமல், பேச்சும் எழாமல், வீதியில் நின்று ஊளையிட ஆரம்பித்தாள். சுப்புத்தாய் நின்ற கோலத்தையும், அவள் ஓலத்தையும் கேட்டுத் தெருவே கூடிற்று. பிறகு ஊரே கூடிப் போயிற்று.

ஒருவாறு தைரியம் பெற்று, தன் நிலைக்கு வந்த சுப்புத்தாய் சொன்ன விவரத்தை வைத்துப் பலபேர் பலவாறாகப் பேசினார்கள். ஆனால் கதவைத் திறந்துகொண்டு முனீஸ்வரனை நேருக்கு நேர் சந்தித்துக்கொள்வதற்கு யாரும் தயாராக இல்லை. வண்டியில் சாங்கோபாங்கமாக வந்து இறங்கிய அய்யண அம்பலத்துக்கும் கதவைத் திறந்து பார்க்கத் தைரியம் வரவில்லை.

இவ்வாறு தெருவில் நின்றவர்கள் தங்களுக்குள் கடுமையான சர்ச்சையில் ஈடுபட்டிருந்த நேரத்தில், யாரைப் பற்றியும்

கவலைப்படாமல், சுப்புத்தாய் ஆக்கி வைத்திருந்த அறுசுவை உண்டியைப் பசியாறும் மட்டும் உண்ட பின்பு, கருப்புத்துரை மிகவும் சாவதானமாகக் கதவைத் திறந்துகொண்டு கூடத்துக்கு வந்தான். அவனது அரை நிர்வாண நிலையையும், தாடியையும், பறட்டைத் தலையையும் கண்டு கூட்டம் பயந்து ஒரு கணம் பின் வாங்கியது.

"அடேய், இது சாமியுமில்லை, பூதமுமில்லை. நம்மளாட்டம் மனிசன்தாண்டா"

கூட்டத்தில் நின்ற பகுத்தறிவுவாதி எவனோ சொல்லவும், உருவத்தின் கால்கள் தரையைத் தொடுகிறதா என்று ஆராய்ந்த கிழவி ஒருத்தி,

"அட, திருட்டுப்பய புள்ளெ. ஆள் இல்லாத ஊட்டுலே நாய் நுழைஞ்சதாட்டம் நுழைஞ்சி அக்குருவமா பண்றே" என்று வினவவும் கருப்புத்துரைக்குக் கோபம் ஏற்பட்டது.

"ஏய்! கிழட்டு முண்டே ஆரைப் பாத்து திருட்டுப் பயங்கிறே?. இது என் ஊரு. இது என் வூடு. நான் எந்த வீட்டிலேயும் நுழைவேன். வேண்டியதை எடுத்துச் சாப்பிடுவேன்."

என்று சொல்லிக்கொண்டு வாசலுக்கு வந்தான். அவன் நிற்கும் தோரணையைக் கண்டு ஆத்திரம்கொண்ட அய்யண அம்பலம்,

"அடி செருப்பால. களவாணிப்பயலுக்கு இருக்க திமிரைப் பாரு. அவனைப் பிடிங்கடா" என்று கத்தியபடியே வேட்டியைத் தார்ப்பாய்ச்சிக்கொண்டு, கருப்புத்துரையை நோக்கிப் பாய்ந்தான். கருப்புத்துரை தற்காப்புக் கருதி, கூடத்தில் கிடந்த இரும்புக் கம்பியை எடுத்து வீசவும், அது அவன் நெற்றியில் படவும், அம்பலம் மண்டையைப் பிடித்துக்கொண்டு தெருவில் உட்கார்ந்தான். எதிர்பாராத தாக்குதலால் பின்வாங்கிய கூட்டம், அவனைப் பிடிப்பதற்குத் தயாராவதற்குள், கூட்டத்தை விலக்கிக்கொண்டு கருப்புத்துரை ஊர் மந்தையை நோக்கிப் பாய்ந்தான். கூச்சலும், ஓலமுமாகத் தெருவில் கூடி நின்ற கூட்டம் கருப்புத்துரையைத் தொடர்ந்தது. கல்லையும், கட்டியையும், கையில் கிடைத்த பொருட்களை எல்லாம் அவன் மீது வீசினார்கள். கல்லெறிபட்ட இடத்தில் எல்லாம் சிராய்ப்பு ஏற்பட்டு, இரத்தம் கசிந்தது.

கல்லெறியை வாங்கிக்கொண்டு தெருவோடு ஓடி, ஊர் மந்தையையும் தாண்டி, தனது வழக்கமான பாதை வழியாக ஓடையைத் தாண்டி ஓடினான். கருப்புத்துரையைப் பின் தொடர்ந்த கூட்டம் ஓடைக்கரை வரையில் வந்து, நிதானித்துத் திரும்பிப் போயிற்று.

இதையெல்லாம் கவனிக்காமல் கண் மண் தெரியாமல் ஓடிக்கொண்டிருந்த கருப்புத்துரை, தீப்பாய்ந்த அம்மன் கோவிலைத் தாண்டி, மலையடிவாரத்தோரம் இருக்கும் சித்தர் மண்டபம் வந்த பின்புதான் திரும்பிப் பார்த்தான். தன்னை யாரும் தொடர்ந்து வரவில்லை என்று உறுதி செய்துகொண்டு, சாவதானமாக சித்தர் மண்டபத்துக்குள் போனான். அதற்குப் பிறகுதான் தனக்கு ஏற்பட்டிருக்கும் காயங்கள் பற்றி அவனுக்கு நினைப்பு வந்தது. எப்போதும் போல் மண்ணை அள்ளிக் காயங்களில் பூசிக்கொண்டான்.

வெகுநாள் பட்டினிக்குப் பிறகு, திருப்தியான, அதிலும் சத்தான உணவு கிடைத்ததால் தான் பெற்ற அடி உதை அத்தனையையும் மறந்து சித்தர் மண்டபத்தில் படுத்துச் சுகமான நித்திரையில் ஆழ்ந்து போனான்.

8

வெகு நாட்களுக்குப் பிறகு வானத்துக்கு அந்த ஊர் மீதும், அந்தப் பிரதேசத்தின்பாலும் கருணை பிறந்திருந்தது.

இதுநாள் வரையில், தேசத்தையே வேக வைக்கிற வெக்கையுடன் வீசிக்கொண்டிருந்த உஷ்ணக் காற்று திடீரென்று நின்றுபோயிற்று. மாலை வேளை நெருங்கவும், காற்று ஒருவித ஈரப்பசையுடன் வீசிக்கொண்டிருந்தது. மத்தியான வேளையிலிருந்தே சில்வண்டுகள், ஒன்றோடொன்று போட்டிப் போட்டுக்கொண்டு கூச்சல் போடவாரம்பித்தன.

கீழ்வானத்தில் ஆட்டுக்குடில் நகர்ந்து வருவதுபோல் ஜீவன் பெற்று எழுந்த வான்மதியைக் கருமேகக் கூட்டம் மறைத்து, உலகத்தையே அந்தகாரத்தில் மூழ்கடித்துவிட்டது போன்ற கும்மிருட்டின் ஆதிக்கம் வானப்பரப்பில் தலைகாட்ட ஆரம்பித்த நட்சத்திரக் கூட்டமெல்லாம் இருளால் விழுங்கப்பட்டது போன்ற கருமை.

நேரம் ஆக ஆகக் காற்றின் வேகம் அதிகமாயிற்று. குப்பைக் கூளங்களையெல்லாம் வாரி இறைத்து, மரம் செடிகொடிகள் அனைத்தும் வெட்டி வீழ்த்தும் அளவுக்கு உக்கிரம்கொண்டது. காற்றின் ஈரப்பசையுடன், கானகத்து மூலிகைகளின் நறுமணமும் கலந்திருந்தது. கிழக்குத் திக்கிலிருந்து மேற்குத் திசைவரையில் வானத்தைப் பிளக்கிற மாதிரி மின்னல் கீற்றுகள் அஸ்திரங்களைப் போன்று மின்னிப் பிரகாசித்தன. தொடர்ந்து கடந்தை ஈக்களைப் போன்று பெரிய பெரிய மழைத்துளிகள், தரையில் விழுந்து சிதறிப் போயின. மலைமலையாகக் கருமேகங்கள் குவிந்து கிடக்கும் வானப்பரப்பை மக்கள் ஆவலுடன் பார்த்தவண்ணம் நின்றிருந்தனர். அவர்கள் ஒருவரோடு ஒருவர் பேசிக்கொள்ளவில்லை. அவ்வளவு ஆவல், ஆர்வம்.

வானவெளியில் ஏற்படும் ஒவ்வொரு மாற்றத்தையும் விஞ்ஞானியைப் போல் உன்னிப்பாகக் கவனித்த வண்ணம் அமர்ந்திருந்தனர். சூறாவளியாக வீசுகின்ற காற்று, புயலாக மாறி, வர்ஷிக்கப்போகும் மழையை வேறு பக்கம் அள்ளிக்கொண்டு போய்விடக்கூடாதே என்று பயந்தார்கள். அவர்கள் வாழ்வும் வளமும், வரப்போகும் மழையை ஒட்டித்தான் அமையப் போகிறது. இப்படிப் பல தவணைகளில் மழை கண்ணாமூச்சி ஆடியிருக்கிறது. அவர்களை ஏமாற்றிவிடவும் செய்திருக்கிறது. காற்றையும், காற்றில் கலந்திருக்கும் வாடையையும் முகர்ந்து பார்த்த வயசான விவசாயி சொன்னான்,

"காத்திலே மண்வாடை தென்படுது. மழை இந்த வாட்டி நம்மை ஏமாத்தாது. நிச்சயமாக நம்மளோட மனம் குளிர்ர அளவுக்குப் பெய்யப் போறது."

இப்படி அவன் சொன்ன மாத்திரத்திலேயே பூமிக்கு மூச்சுத் திணறியதுபோல் காற்று திடீரென்று நின்றுபோயிற்று. வானத்துக்கு திடீரென்று கோபம் ஏற்பட்டது மாதிரி, மலையின் உச்சியைப் பிளக்கிற அளவுக்கான மின்வெட்டு, தொடர்ந்து மலையே சரிந்து விழுந்துவிட்டதுபோல் உக்கிரமான இடியோசை. தொடர்ந்து சித்தர் மண்டபத்தில் இருந்து மழை வர்ஷிக்கலாயிற்று. காலம் காலமாக, சித்தர் மண்டபத்தையும் தீப்பாய்ந்த அம்மன் கோயிலையும் ஒட்டி மழை பெய்ய ஆரம்பித்தால்தான் மழை ஊருக்குள்ளும் வயக்காட்டுக்குள்ளும் நின்றுப் பெய்யும்.

"முதலில் பெரிது பெரிதாக மழைத்துளிகள். தொடர்ந்து திடீரென்று குளிர்தட்டவும், மழை ஆலங்கட்டி மழையாகப் பெய்துவிடக் கூடாது என்று இஷ்ட தேவதைகளை அவர்கள் வேண்டிக்கொண்டார்கள். மழைத்துளிகள் விழுந்து சுவறிப்போன மண்ணை, தலைச்சூலுக்காக நிற்கும் கர்ப்பிணியைப் போன்று அள்ளி முகந்து பார்த்தார்கள். வயதானவர்கள், வாய்க்குள் போட்டு மென்று பார்த்தார்கள்.

"பூமித்தாய் இந்த வாட்டி ஏமாந்து போகமாட்டாள். பூமி குளிர மழை பெய்யப் போறது" என்று ஆரூடம் சொன்னார்கள் அனுபவம் மிக்க விவசாயிகள். அவர்களது வான சாஸ்திரம் இதுவரை பொய்த்துப் போனது கிடையாது.

ஆரம்பத்தில் பூமியில் இறங்குவதற்கே கூச்சப்படுவதுபோல், ஒன்றிரண்டு மழைத்துளிகள் விழுந்தன. தாகத்தால் வெந்து போயிருந்த பூமித்தாயின் மார்பகத்தில் விழுந்ததுமே அவை சுவறிப்போயின. பிறகு மலையடிவாரத்தினின்றும் உக்கிரக் கதியில் மழை பெய்யத் தொடங்கிற்று. மழை ஆகாயத்தினின்றும் படை எடுத்தது மாதிரி பாட்டம் பாட்டமாக, சரம் சரமாகப் பெய்ய ஆரம்பித்தது. காற்றும் மழையும் சேர்ந்து பூமியை அலைக்கழிக்க வருவதேபோல் பெய்ய ஆரம்பிக்கவும், வைக்கோல் படப்புகளும், வீட்டுக்கூரைகளும் பிய்த்து வீசப்பட்டன. மாலை மயங்கும் வேளையில் ஆரம்பமான மழை, நடுநிசியானபோது உக்கிர கதியில் பெய்யலாயிற்று. ஊருக்குள்ளேயே வெள்ளம் புகுந்ததுபோல், காட்டாற்று வேகத்தில், தெருவெல்லாம் வெள்ளம் புரண்டு ஓடியது. ஓடைகளின் அசுத்தமெல்லாம் அடித்துச் செல்லப்பட்டன.

மழை இரவு முழுவதும் நின்று பெய்தது. மழையின் வரவால் மகிழ்ந்துபோன ஊர்மக்கள் இரவெல்லாம் நித்திரை பிடிக்காமல், மழையின் மகிமையை வியந்தவண்ணமே, குடும்பம் குடும்பமாக உட்காந்து மழையின் போக்கைக் கவனித்த வண்ணம் உட்கார்ந்திருந்தனர். ஏர்க்கலப்பையும், உழவுமாடுகளும் உள்ளவர்கள் மறுநாள் கழனிக்குப் போவதற்கான ஏற்பாடுகளைச் செய்யத் தொடங்கினார்கள்.

விடிவெள்ளி வானப் பரப்பில் தலைகவிழ்ந்து நிற்கும் நேரத்தில் மழை வெளிவாங்கியது. புது மனையாட்டிகளைப் போன்று வானத்து விண்மீன்கள் புதியப் பொலிவுடன் வானப் பரப்பில் தென்படலாயின. கோழிக் கூப்பிடும் நேரத்தில்,

"நாய்ன்மாரே! நாச்சிமாரே! குளம் நிறைஞ்சு, குட்டம் நிறைஞ்சு ஊரணியும் ரொம்பிப் போய் கெடக்குது. ஓடையிலேயும், வெள்ளாத்திலேயும் வெள்ளம் கங்கு கரையில்லாம ஓடிட்டு இருக்கு."

வெகு நாளைக்குப் பிறகு, நீர்ப் பாய்ச்சி இவ்வாறு ஊருக்குள் அறிவிப்புக் கொடுத்துவிட்டுப் போனான். மக்கள் மகிழ்ச்சி ஆரவாரத்தில் அமிழ்ந்து போனார்கள்.

மழைபெய்த சுவடே தெரியாமல் வானம் நிர்மலமாகக் காட்சி தந்தது. சூரியன் கீழ்வானில் தலைகாட்டியபோது,

உஷ்ணம் தணிந்திருந்தது. மேற்கே, சித்தர் மண்டபத்தையொட்டி நிற்கும் மலைமுகட்டை ஒட்டி வெளிர் நிலா வட்டம் தென்பட்டால் ஊருக்கு நல்ல காலம் என்பது அந்த ஊர் மக்களின் ஐதீகம். அதிலும், சித்தர் மண்டபத்தையொட்டி பாறைகளுக்கு மத்தியில் மறைந்து கிடக்கும் பால் ஊற்று நிரம்பி வழிந்தால் ஒரு மாமாங்கத்துக்குப் பஞ்சம் வராது. கிணறுகளில் எல்லாம், பசுவின் மடியினின்றும் சுரக்கும் பாலைப் போன்று காலமெல்லாம் பூமியின் ஆகத்தினின்றும் தெளிந்த நீர் சுரந்த மேனியாக இருக்கும்.

பால் ஊற்றைப் பார்த்து, பால் ஊத்து அம்மனுக்குத் தேங்காய் பழம் படைத்துப் பூஜை நடத்திய பின்புதான் வயற்காட்டில் உழவு வேலை ஆரம்பமாகும். இது ஜமீன் காலத்தில் இருந்து நடைபெற்று வரும் பழக்கம். எனவே ஊர்ப் பெரியவர்கள், அம்மனுக்குப் படைக்கவேண்டிய பூஜைப் பொருட்களுடன் போனார்கள். பால் ஊற்றைப் பார்க்கப்போன பெரியவர்கள் பெருத்த அதிசயத்துடன் ஊருக்குள் வந்து சேர்ந்தார்கள்.

"ஊருக்கு மழையையும் செழிப்பையும் கொணர்ந்த சாமி சித்தர் மண்டபத்திலே ஒக்காந்திருக்கு" என்றார்கள்.

மலைக்கு, குவாரிக்கு வேலைக்குப் போன கூலிகளும் தாடியும், மீசையும், ஜடா முடியுமாக நிர்வாண கோலத்தில், யாரிடத்திலும் பேச்சுக் கொடுக்காமலும், எதைப் பற்றியுமே அக்கறையற்ற நிலையில் மோன நிலையில் உட்கார்ந்திருக்கும் சாமியாரைப் பார்த்ததாக ஊருக்குள் வந்து சொன்னார்கள்.

கருப்புத்துரையைப் பொறுத்தமட்டில் திரும்பவும் ஊருக்குள் போகப் பயம். ஈனப் பேச்சியையும் பஞ்சகல்யாணிக் கழுதையையும் பார்க்க முடியவில்லை என்கிற வியாகுலம் வேறு. முதல் நாள் மழையில் தொப்பல் தொப்பலாக நனைந்து விட்டதால், உடம்பில் வேதனையும் நடுக்கமும் ஏற்பட்டிருந்தது. எனவே யாரிடமும், பேச்சுக் கொடுக்காமல், மௌனியாக சித்தர் மண்டபத்தில், ஆலமரக் கிளையை ஒட்டிக்கிடந்த குத்துக்கல்லில் அமர்ந்தபடியே அடுத்தவேளைக்கான உணவுப்பற்றிய சிந்தனையில் ஆழ்ந்திருந்தான்.

ஊருக்குள் மறுநாளும், மாலை மயங்கும் வேளையில் திரும்பவும் மழை பெய்தது. அதற்கு மறுநாளும், அந்த வாரம்

முழுவதும் மழை விடாது பெய்துகொண்டிருந்தது. பூமியின் தாகம் குளிர்ந்து கழனிகளில் உள்ள கேணிகளில் எல்லாம் நீர் ஊற்றெடுக்கத் தொடங்கியது. வற்றிப்போன ஊற்றுகளுக்கு ஜீவன் ஏற்பட்டு கிணறுகள் எல்லாம் நிறைமாதக் கர்ப்பிணிபோல் நீர் தளும்பிக் கிடந்தன. மக்களின் ஐதீக உணர்வு மேலும் வலுப்படலாயிற்று. சிருங்காரபுரி கிராமத்துக்கும், அதைச் சுற்றியுள்ள பிராந்தியங்களுக்கும் வனப்பையும் செழிப்பையும் கொண்டுவந்தது நிர்வாணக் கோலமாக சித்தர் மண்டபத்தில் உட்கார்ந்திருக்கும் ஜீவன் என்று எண்ணினார்கள். பாண்டிய அரசன் காலத்தில், அந்த மண்டபத்தில் சமாதி அடங்கிய மெய்ஞ்ஞான சித்தர் இவனைப் போல்தான், நிர்வாணக் கோலமாக அலைந்ததாகவும், சிலசமயம் பித்தம் பிடித்ததுபோல் பிதற்றுவான். சித்தர்கள் அப்படித்தான் பேசுவார்கள் என்று வியாக்யானம் சொல்லப்பட்டது. கடைசியில் வள்ளுவனைப் போய்க் கேட்டபோது, பாண்டியர் காலத்தில், மண்டபத்தில் கபாலம் வெடித்துச் சமாதிநிலை எய்திய சித்தரின் மறு அவதாரம் என்றான்.

அதற்குப் பிறகு, நேர்ந்துவிட்ட கோவில் காளையாக ஊருக்குள் நடமாடுவதற்கு கருப்புத்துரை அனுமதிக்கப்பட்டான். பெரியவர்கள் அனைவரும் கருப்புத்துரையை அவதார புருஷனாகக் கருதலானார்கள். பெண்கள்கூட கருப்புத்துரையின் நிர்வாணக் கோலத்தைக் கண்டு வெட்கப்படுவதோ, அசூசை கொள்வதோ கிடையாது. தெய்வீகப் பிறவி அம்மணமாகத் தானே இருக்கும். பழனி முருகன் சிலைகூட நிர்வாணமாகத் தானே நிற்கிறது. மாறாக, அவனது திருப்பாதார விந்தங்கள் தங்கள் வீட்டு வாசலைத் தழுவும் புண்ணியம் கிட்டவேண்டும் என்பதற்காக, கோலம்போட்டு அவனது வருகைக்காகக் காத்துக் கிடந்தார்கள் பெண்கள்.

கருப்புத்துரை, சித்தர் அவதாரம் என்கிற நிலைமை ஏற்பட்டுப் போனதற்கப்புறம், அவனது பெரும் கவலையான வயிற்றுப்பாட்டுக் கவலையே இல்லாமல் போய்விட்டது. மேல் ஜாதி, கீழ் ஜாதி என்று பாராமல், பசி எடுக்கும் வேளையில் எந்த வீட்டிலும் நுழையலாம். வயிறு புடைக்கச் சாப்பிட்டுவிட்டு, நினைத்த இடத்தில் விழுந்து தூங்கிப் போவான். சித்தன் என்றால், சித்தம்போக்கு சிவன்போக்கு என்பது தானே? இப்படிச்

சித்தனாகவும் பித்தனாகவும் அலையும் கருப்புத்துரை, யார் வீட்டிலாவது திருட்டுத்தனமாகப் புகுந்து, உணவைத் திருடித் தின்றுவிட்டு வந்தான் என்றால், அந்த வீட்டில் சோற்றுப் பஞ்சம் ஏற்படுவதில்லை என்றும், செல்வம் கொழிப்பதாகவும் வதந்தி பரவலாயிற்று. அதேபோல்தான் சிறு கடைக்காரர்கள் நிலைமையும். தெரு ஓரக்கடைகளில் இருக்கும் திண்பண்டங்களை எடுத்துச் சாப்பிட்டுவிட்டான் என்றால், வியாபாரம் அமோகமாக நடைபெறுவதாகவும், பெண்கள் கர்ப்பம் தரிப்பதாகவும், உமிழும் எச்சிலை எடுத்து சாப்பிடுபவர்களுக்குச் செல்வம் கொழிப்பதாகவும். பாதச்சுவடுகள்படும் மண்ணை எடுத்து உண்பவர்களுக்குத் தீராத வியாதி குணமடைவதாகவும், அவனது சித்தாட்டங்கள் பற்றி பலவிதக் கதைகள் ஊருக்குள் பரவலாயிற்று.

வெகு சீக்கிரத்திலேயே, நிர்வாணமாக அலையும் கருப்புத்துரை நிகழ்த்தும் அற்புதங்கள் இறக்கைக் கட்டிப் பறந்து பக்கத்துக் கிராமங்களுக்குப் ப்ரவி மாவட்டம் தழுவிய அற்புதமாகப் போயிற்று. திகம்பரனாக அலையும், அந்த மனித ஜீவனைப் பார்ப்பதற்கும், அவனது ஆசி பெறுவதற்கும் வேண்டி அந்த வட்டாரமென்ன பக்கத்து வட்டாரத்தில் இருந்தெல்லாம் வண்டிகளிலும் வாகனாதிகளிலும் அவனது தரிசனத்துக்காக மக்கள் வர ஆரம்பித்துவிட்டனர். சிருங்காரபுரி கிராமம் புண்ணியஸ்தலமாகிப் போய்விட்டது.

ஒரு கட்டம் வரையில் கருப்புத்துரையினால் நிகழ்த்தப்படும் அற்புதங்கள் பற்றியும், சித்தாட்டங்கள் பற்றியும் கண்டு கொள்ளாமல் இருந்த வெளியூர்ப் பத்திரிக்கைகள், சிருங்காரபுரி கிராமத்திற்குத் தங்கள் நிருபர்களை அனுப்பி கருப்புத்துரையினால் நிகழ்த்தப்படும் அற்புதங்களைக் கண்டறிந்து, ஒரு சிலபேரிடம் பேட்டியும் எடுத்து கருப்புத்துரையின் நிர்வாணக் கோலத்தையும், அவனைத் தரிசிக்க வரும் பக்தர்கள் கூட்டத்தையும் படம்பிடித்து, தலைப்புச் செய்தியாக வெளியிட்டுக் கௌரவித்தன. ஒரு நிருபர், கருப்புத்துரையின் பூர்வாசிரமத்தைப் பற்றியெல்லாம், ஆராய்ச்சி செய்து, கருப்புத்துரையின் உண்மையான பூர்வ ஜென்மப் பெயர் மெய்ஞ்ஞான சித்தர் சுவாமிகள் என்றும், அவர் சமாதியில் அடங்கும்போது ஊர் மக்களுக்குக் கொடுத்திருந்த வாக்குறுதிக்கேற்ப சிருங்காரபுரி கிராமத்தில் திரு அவதாரம் செய்திருப்பதாகவும், அதனால் சித்தரின் பெயர் மெய்ஞ்ஞான

சித்தர் முனி, அல்லது சித்தர் சுவாமிகள் என்றும் கட்டுரை தீட்டியிருந்தார். அன்றுமுதல் கருப்புத்துரை என்கிற பெயர் மங்கி, எல்லோரும் அவனை மெய்ஞ்ஞான சித்தர் சுவாமிகள் என்ற மரியாதை கலந்தமட்டில் பேசவாரம்பித்தனர். பத்திரிகைகளில் மெய்ஞ்ஞான சித்தர் சுவாமிகளின் சித்தாட்டம் பற்றி செய்திகள் வெளியானதைத் தொடர்ந்து பக்தர்கள் கூட்டம் சிருங்காரபுரி கிராமத்தை மொய்க்கத் தொடங்கியது. எனவே, இத்தகுச் சூழலைக் காசாக்கிவிட வேண்டும் என்று திட்டம் போடப்பட்டு, அய்யண அம்பலத்தின் தலைமையில் மெய்ஞ்ஞான சித்தர் சுவாமிகள் பக்த ஜனசபை என்கிற அமைப்பு உருவாக்கப்பட்டது.

இப்படி ஒரு சபை உருவாக்கப்பட்டதற்குப் பிறகு, சித்தரைத் தரிசிப்பதற்கும், சித்தரின் ஆசி பெறுவதற்கும், தரவாரியாகக் காணிக்கை, உண்டியல் என்று வசூல் ஆரம்பமாயிற்று. சித்தருக்குப் படையல் போடுவதற்கும், அவரது எச்சில் மண்ணை அள்ளிச் சாப்பிடுவதற்கும், இன்னும் பலவகைத் தரவாரியாக காணிக்கையும் உண்டியலும் வசூல் செய்யப்பட்டது. மலத்துக்கும் மூத்திரத்துக்கு மட்டுமே காணிக்கை வைக்கவில்லை.

கருப்புத்துரையைப் பொறுத்தமட்டில் தன்னைச் சுற்றி இப்படி ஒரு கோட்டை கட்டப்படுகிறது என்கிற உணர்வே இல்லாமல் அலைந்தான். தனக்குத் தரும் மரியாதையும், செய்யப்படும் வகைப் புனஸ்காரங்களுக்கும், மக்கள் தன்னை ஜமீன் வம்சம் என்று அடையாளம் கண்டுகொண்டதாலே தனக்குத் தரப்படும் கௌரவம் என்று இறுமாந்து மகிழ்ந்து போனான்.

எப்போதாவது, கருப்புத்துரைக்குத் தனது வளர்ப்புத் தாயான ஈனப்பேச்சி பற்றியும் தனது அன்புக்குப் பாத்திரமான பஞ்சகல்யாணி பற்றிய நினைப்பும் தோன்றும். அப்போதெல்லாம் தான் பூர்வாஸ்ரமத்தில் வாசம் செய்த குட்டிச்சுவருக்கும், கருப்புத்துறைக்கும் போய் வெகு நேரம் கற்பனையில் ஆழ்ந்து போவான். அப்போதெல்லாம்;

“சித்தர் சுவாமிகள் தியானத்தில் ஆழ்ந்திருப்பதாக வியாக்யானம் செய்யப்படும்.”

9

உடுத்து மாற்றுவதற்குக் கூட துணி இல்லாமல் சிருங்காரபுரியில் அலைந்த கருப்புத்துரை அணிந்திருந்த கந்தல் உடையும் கௌபீனமும் இற்று வீழ்ந்துவிட்டதால் அம்மணமாக அலைய விடப்பட்டான்.

அம்மணமாக அலையும் கருப்புத்துரையைப் பார்த்த சிருங்காரபுரி பாமரமக்கள் அவனை அம்மணச்சாமி என்றார்கள். படித்தவர்கள் நிர்வாண சித்தர் எனக்கூறத் தொடங்கினார்கள். பக்தி இலக்கியம் பயின்றவர்கள் அவனை திகம்பரர் என்றார்கள். இவ்வாறு கருப்புத்துரை அம்மணச்சாமி என்றும், நிர்வாண சித்தர் என்றும் திகம்பரர் என்றும் பலவிதமான பெயர்களில் அழைக்கப்பட்டான். அவனைப் பொறுத்த மட்டில் தான் சிருங்காரபுரி இளைய ஜமீன்தார், அல்லது இளவரசன் என்று மட்டும் எண்ணிக்கொண்டு சிருங்காரபுரி வீதிகளில் கோவில் காளையாக அலைந்தான்.

இந்தக் கலிகாலம் நடக்கிற உலகில் வெட்கம் மானம் இல்லாமல் மனிதன் நிர்வாணக் கோலத்தில் அலைவது எவ்வளவு காட்டுமிராண்டி வாழ்க்கை என்று சில பகுத்தறிவுவாதிகள் கேட்டபோது நிர்வாண சித்தரின் விசுவாசிகளும், நான்கு வேதங்களையும் கற்றுத் தேர்ந்த வேதவித்தகர்கள் இமயமலைக் குகைகளிலும், வட நாட்டு வீதிகளிலும் திரிசூலமும் கையுமாக முழு நிர்வாணமாக அலையும் கும்பமேளா சாமிகளை மக்கள் எவ்வளவு பக்தி விசுவாசத்துடன் வணங்குகிறார்கள். ஆசி பெறுகிறார்கள். இந்தக் கலியுகத்தில் நாம் வாழும் காலத்தில் இவ்வளவு சித்தாட்டம் புரியும் தென் நாட்டுத் திராவிடச் சித்தரைக் கண்டு பெருமிதம் கொள்ளாமல் நாளெல்லாம் நாத்திகம் பேசி நாவு தடித்துப் போன பகுத்தறிவாளர்கள் கடும் தண்டனை அனுபவிக்க வேண்டிவரும் என்று கண்டனம் தெரிவிக்கலாயினர்.

கருப்புத்துரை ஜெயிலில் இருந்த காலத்தில் கற்றுக்கொண்ட கெட்டப் பழக்க வழக்கங்களில் ஒன்று பீடி புகைப்பது என்ற பழக்கம். அதாவது, சிறைச்சாலையில் இருக்கும் காலத்தில், கூதல் காலத்தில் குளிர் நடுக்கம் எடுக்கும்போது சககைதிகள் பிடித்துப் போட்ட துண்டுப் பீடிகளை எடுத்துப் புகைத்ததில் ஒரு சுகம் கண்டான். புகைப் பிடித்தல் குளிருக்கு இதமாக இருந்தது. கடைசியில் அதுவே பழக்கமாகிப் போய்விட்டது. எங்கு ஒரு துண்டுப் பீடி கிடைத்தாலும் எடுத்துப் பத்திரப்படுத்தி வைத்துப் புகைப்பான்.

எனவே சிருங்காரபுரிக்கு வந்து சாமியார் ஆக்கப்பட்ட போது கருப்புத்துரை துண்டுப் பீடி கிடைக்காமல் பெரும் அவஸ்தைக்கு உள்ளானான். வீதி தோறும் துண்டு பீடி தேடி அலைந்தான். கடைசியில் அவனைத் தரிசனம் செய்யவந்த பக்தன் ஒருவன் பிடித்துவிட்டு வீசியெறிந்த துண்டுப்பீடி கருப்புத்துரையின் கண்ணில் படவே மிகவும் ஆவலாக எடுத்துப் புகைக்கலானான்.

இது போன்ற சாமியார்களுக்குச் சாதாரணமாகக் கஞ்சாப் பழக்கம், ரேகியம் அதாவது அபின் மற்றும் மதுப்பழக்கம் இருப்பதுபோல் மெய்ஞ்ஞான சித்தருக்குப் பீடிப்பழக்கம் இருப்பதைக் கண்டறிந்த பக்தர் குழாம் சித்தர் சந்நிதியில் கட்டுக் கட்டாக சொக்கலால் பீடி, கிளி பீடி என்று வகை, வகையான பீடிகளையும், பற்ற வைக்க வெட்டுபுலி தீப்பட்டி வகைகளையும் படைக்கலாயினர். சித்தர் சுவாமிகளுக்கு மட்டற்ற மகிழ்ச்சி.

மத்தியான வேளைகளில் வெண்கலக் கடையில் யானை புகுந்த மாதிரி, தான் இஷ்டப்பட்ட வீடுகளுக்குள் புகுந்து வயிறு புடைக்க உண்டபின் உண்ட மயக்கம் தொண்டருக்கும் உண்டு என்பதற்கிணங்க உள்ளூர் சிவன் கோவிலுக்கு எதிரே உள்ள வில்வ மரத்தடியில், பக்தர்கள் ஒய்வெடுக்கப் போடப் பட்டிருக்கும் கல் படுக்கையில் போய் படுத்துக்கொள்வான். இப்போது புகைக்கப் பீடி கிடைத்த மகிழ்ச்சியில், வில்வமரத்தடிப் பெஞ்சில் போய் கால் மேல் கால் போட்டுக் கம்பீரமாகப் படுத்தபடி தனக்குக் கிறக்கம் வரும் வரையில் கட்டுக் கட்டாகப் பீடிகளைப் புகைப்பான். புகைத்த வண்ணமே வில்வமரத்து நிழலில் வீசும் மென்காற்று ஸ்பரிசத்தில் தூங்கிப்

போவான். நிர்வாணச்சித்தர் புகைத்துப் போடும் துண்டுப் பீடிகளைப் பொறுக்கவும் பத்திரப்படுத்தவும் பஞ்சாயத்துத் தலைவர் அய்யண அம்பலம் தனி ஆட்களை நியமித்திருந்தார். பொறுக்கிச் சேகரிக்கப்படும் பீடித்துண்டுகளுக்குப் பெரும் கிராக்கி, தனிப்பட்ட விலை. விசேஷம் என்னவெனில் இந்த எச்சில்பட்ட பீடித்துண்டுகளை வாங்கிப் புகைப்பவர்களுக்கு ஈரல் நோய், இதய நோய் போன்ற கொடிய நோய்கள் சொஸ்தமாகிப் போகிறது என்கிற வதந்தி பரவியது. எனவே கருப்புத்துரை புகைத்துப் போட்ட துண்டுப் பீடிகளைப் பக்தர்கள், கூட்டம் கூட்டமாகக் கியூவில் நின்று வாங்கிக் கொண்டு போனார்கள்.

சிருங்காரபுரி மெய்ஞ்ஞான சித்தர் என்கிற நிர்வாண சாமிகள் நடத்தும் சித்தாட்டங்கள் பற்றி பல சேதிகள் வெளியாயின. ஒரு பத்திரிகை மெய்ஞ்ஞான சித்தர் பற்றி பஞ்சாயத்துத் தலைவர் அய்யண அம்பலத்தைப் பேட்டி கண்டு தனி இதழே வெளியிட்டிருந்தது. மெய்ஞ்ஞான சித்தர் பற்றி ஊடகங்களும், பல அடுக்கு செய்திகளை வெளியிடலாயினர்.

எனவே சிருங்காரபுரி கிராமத்தில் அபூர்வப் பிள்ளையார்கள் முளைத்தது மாதிரி அவதாரம் எடுத்திருக்கும் இந்த அபூர்வப் பிறவியைத் தரிசனம் செய்வதற்கும், ஆசி பெறுவதற்கும் நாட்டின் மூலை முடுக்குகளில் இருந்து மக்கள் வரலாயினர்.

அரசு பெரிய உத்தியோகஸ்தர்கள், தேர்தலில் வெற்றி வேண்டி நிற்போர், சட்டமன்ற உறுப்பினர்கள், மந்திரிப் பிரதானியர், நீதிபதிகள், விஞ்ஞானிகள் இப்படி சமூகத்தின் சகல தரப்பினரும் மெய்ஞ்ஞான சித்தரை வந்து தரிசனம் செய்துவிட்டுப் போனார்கள்.

இவ்வாறு நாளொரு மேனியும் பொழுதொரு வண்ணமுமாக மெய்ஞ்ஞான சித்தர் என்கிற நிர்வாணம் அல்லது அம்மணச் சாமியின் புகழ் பரவிக் கொண்டிருந்தது.

10

அன்றைய தினம் மெய்ஞ்ஞான சித்தர் சுவாமிகள் சினாக் காவன்னா சித்திரபுத்திரன் செட்டியார் மாளிகையின் முன்னால், தெரு ஓரமாக நிற்கும் மர நிழலில் முகாம் போட்டிருந்தான்.

சித்தர் சுவாமிகளுக்கு அன்று மதியம் நல்ல சாப்பாடு. யாரோ பக்தர் ஏற்பாடு செய்திருந்த விருந்து. மரத்தின் நிழலும், மைதானத்தில் வீசிய காற்றும், காற்றில் மிதந்து வரும் நறுமணமும், உடலுக்கும் உள்ளத்துக்கும் குளுமையாகவும் இனிமையாகவும் இருந்ததால் சுவாமிகளுக்கு அந்த இடத்தை விட்டுப் போவதற்கு மனம் வரவில்லை. சாதாரணமாக, சாப்பாடு முடிந்ததும் மாலை வேளையில், சுவாமிகள், மலையடிவாரத்தில் இருக்கும் சித்தர் மண்டபத்துக்குப் போய்விடுவதுண்டு. ஏனென்றால், மெய்ஞ்ஞான சித்தர் பக்த ஜனசபையும், பக்த கோடிகளும் சேர்ந்து மண்டபத்தைப் புதுப்பித்திருந்தார்கள். எனவே சுவாமிகளுக்கு ஓய்வு எடுப்பதற்கு வசதியாக இருந்தது. சாப்பாடு கனமாக இருந்ததால் கருப்புத்துரைக்கு மண்டபத்துக்குப் போவதற்குத் தோன்றவில்லை. எனவே சுவாமிகளைத் தொல்லைப்படுத்த வேண்டாம் என்று அங்கேயே திருப்பள்ளிகொள்ள விட்டுவிட்டார்கள்.

கருப்புத்துரையைப் பொறுத்த மட்டில் தூக்கத்தில் கும்பகர்ணன் தோற்றுப் போகவேண்டும். தூங்க ஆரம்பித்து விட்டான் என்றால் வாயில் ஈயும் பேயும் நுழைந்தால்கூடத் தன் உணர்வு இல்லாமல் தூங்கிப் போவான். சில நாட்களில் விடிந்து வெகு நாழிகை வரையில் தூங்குவதும் உண்டு. சித்தராக இருப்பதால், சாபத்துக்குப் பயந்து அவர் நித்திரையைக் கலைக்க பக்த கோடிகளும், அக்கறை காட்டுவதில்லை. சித்தர் தானாகவே கண்மலர வேண்டும். அன்று அப்படித்தான். வேப்பமரத்து நிழலில் படுத்துச் சுகமாக நித்திரையில் ஆழ்ந்திருந்தான்.

ஆனால், அன்று இரவு நடுநிசி வேளையில் சித்திரபுத்திரன் செட்டியார் வீட்டில், அந்த வட்டாரத்தையே குலுக்கிய பயங்கரச் சம்பவம் நடைபெற்றுப் போயிற்று. அதாவது, சித்திரபுத்திரன் செட்டியார் மாளிகையில் நுழைந்த முகமூடியணிந்த கொள்ளைக் கோஷ்டி, சின்னஆச்சி பத்மாவதியைக் கொலை செய்தது மல்லாமல், செட்டியாரையும் பெரியஆச்சி கூத்த நாச்சியையும், மாளிகையில் நிலா முற்றத்துத் தூணில் கட்டி வைத்து, ஊர் மக்களிடமிருந்து, பிணையாக வாங்கி வைத்திருந்த ஆவணங் களைத் தீக்கிரையாக்கி, பதுக்கி வைத்திருந்த பணத்தையும் கொள்ளையடித்துக்கொண்டு மாயமாய் மறைந்து போய்விட்டது. மாளிகையின் வாசலில் காவலுக்காக நின்றவர்களுக்குக்கூடத் தெரியாமல் அவ்வளவு சாமர்த்தியமான முறையில் அந்தக் கொள்ளை நடைபெற்றிருக்கிறது. காலையில் வீட்டு வேலைக்கு வந்த பணியாட்கள் ஆச்சியும் செட்டியாரும் படும் அவஸ்தையைப் பார்த்துக் கூச்சல்போட்ட பின்னால்தான் ஊருக்கே இந்த விவரம் தெரியவந்தது.

செட்டியார் சொத்தை எல்லாம், கொள்ளைகொண்டுபோன கொள்ளைக் கூட்டம் சும்மா போய்விடவில்லை. செட்டியார் வீட்டைக் கொள்ளையடித்ததற்கான பத்துக் காரணங்களைச் சொல்லி போஸ்டர் அடித்து ஊரில் ஒவ்வொரு வீட்டுக் கதவிலும் ஒட்டி விளம்பரப்படுத்திவிட்டுப் போயிருந்தது. இது ஊர் முதலைக் கொள்ளையடித்திருக்கும் பணமுதலை களுக்கான எச்சரிக்கையும், போஸ்டரில் சுட்டிக்காட்டப் பட்டிருந்தது. போதாக்குறைக்குத் தெருவெல்லாம் துண்டுப் பிரசுரங்கள், துண்டுப்பிரசுரத்தில் காவல்துறைக்கு ஒரு தகவல் வேறு. தகவல் என்னவென்றால், செட்டியார் ஏழை எளிய கிராம விவசாய மக்களிடம் இருந்து ஒட்டிக்கு இரட்டியாக எழுதியிருந்த பிராமிசேரி நோட்டுகளையும், பிணையாக வாங்கிச் சேமித்து வைத்திருந்த ஆவணங்களையும் தீயிட்டுப் பொசுக்கி விட்டதாகவும், அவற்றைக் கைப்பற்றும் முயற்சியில் ஈடுபட வேண்டாம் என்றும் சொல்லப்பட்டிருந்தது.

எதிர்பாராத இந்தச் சம்பவத்தால் ஊரே கதிகலங்கிப் போய் நின்றது. ஜனங்கள் வேலை வெட்டிக்குக்கூடப் போகவில்லை. காட்டுத்தீ போல் பரவிய இந்தச் சேதி அந்த வட்டாரத்தையே

பரப்பரப்படையச் செய்துவிட்டது. ஊரே செட்டியார் மாளிகை இருக்கும் பகுதியில் கூடிவிட்டது.

மாவட்டத்தில் உள்ள அத்தனை அதிகாரிகளும் கார்களிலும் ஜீப்புகளிலும் சிருங்காரபுரிக்கு வந்து இறங்கினார்கள். பாட்டம் பாட்டமாகப் போலிஸ் வேறு ஊருக்குள் கொண்டுவந்து நிறுத்தப்பட்டது. போஸ்டர்களையும் துண்டுப் பிரசுரங்களையும் பார்த்து மலைத்துப்போன அதிகாரிகள் துப்புத் துலக்குவதற்காக வேண்டி வீடு வீடாகச் சோதனை போட்டார்கள். ஆதாரம் ஏதும் கிடைக்கவில்லை. நடைபெற்றிருக்கும் கொள்ளை பற்றி, அதிகாரிகள் மத்தியில் பலவாறான யூகங்கள்.

நீண்ட ஆலோசனைக்குப் பிறகும், நீண்ட விவாதங்களுக்குப் பிறகும், அதிகாரிகள் இந்தக் கொள்ளை தற்செயலாக நடைபெற்றதல்ல என்றும், மாநிலத்தில் இயங்கி வரும் புரட்சிகர அதி தீவிர அரசியல் கட்சியின் திட்டமிட்டச் செயல் என்றும் தீர்மானித்தார்கள். எனவே, அதி தீவிர அரசியல் கோஷ்டியைச் சேர்ந்த நபர் ஏதோ ஒரு வகையில், சித்திரபுத்திரன் செட்டியாரையும் செட்டியார் வீட்டு நடவடிக்கைகளை உன்னிப்பாகக் கவனித்து உளவு சொன்னதன் காரணமாகத்தான் இவ்வளவு துல்லியமாக இந்தக் கொள்ளை நடந்திருக்கிறது என்றும் அவர்கள் தீர்மானம் செய்தார்கள். எனவே, இந்தக் கொள்ளை, செட்டியார் வீட்டோடு நின்றுவிடப் போவதில்லை என்றும், இந்த அமைப்பின் வேர்களைக் கண்டு உடனடியாக அழித்துவிடவில்லை என்றால், நாட்டில் பல இடங்களில் இப்படிப்பட்ட கொள்ளைகளும், கொலைகளும், புரட்சிகரச் செயல்களும் நடப்பதற்கான வாய்ப்பு இருந்ததால், உடனடியாக இந்த அமைப்பைக் கண்டறிவதற்கு என விசேஷப் படை அமைத்தாக வேண்டும் என்கிற முடிவுக்கும் அந்த அதிகாரிகள் வந்தார்கள்.

எனவே, சிருங்காரபுரி ஜமீன் வட்டாரத்துக்குட்பட்ட பிரதேசங்களில் பயங்கரவாதக் கோஷ்டியைச் சேர்ந்த நபர்களைக் கண்டறிவதற்காக விசேஷ துப்பறியும் படையின் உள்வட்ட அமைப்பு ஒன்று உடனடியாக உருவாக்கப்பட்டு தீவிரமாகச் செயல்பட ஆரம்பித்தது. ஊருக்குள் வருவோர் போவோர் எல்லாம் கண்காணிக்கப்பட்டனர். சந்தேகத்துக்காட்பட்டவர்கள்

துன்புறுத்தவும் பட்டனர். மெய்ஞ்ஞான சித்தர்சுவாமிகளைப் பார்க்கவும், தரிசித்து ஆசி பெறவும் வரும் பக்தர்கள் கூட்டம் ஊருக்கு வெளியிலேயே தடுத்து நிறுத்தப்பட்டது.

துப்புத்துலக்குவதற்காக வேண்டி, போலிஸ் நாய்களும் கொண்டுவரப்பட்டு, பணியில் ஈடுபடுத்தப்பட்டன. கொள்ளை நடைபெற்ற இடங்களையும், இறந்து கிடக்கும் பத்மாவதியின் சடலத்தையும் முகர்ந்து பார்த்த நாய்கள், தெரு வழியாக மந்தைக்குப் போயின. மந்தையில் இளைப்பாறுவது போல் நின்று, ஒரு இடத்தில் சிறிது நேரம் படுத்துக்கொண்டன. போலிஸ் நாய்கள் படுத்த இடம் குறியிடப்பட்டுப் பாதுகாப்பில் வைக்கப்பட்டது. நாய்கள், தெருவில் ஒட்டப்பட்டிருக்கும் போஸ்டர்களையெல்லாம் முகர்ந்து பார்த்துவிட்டு, ஓடையையும் ஊரணியையும் தாண்டி, தீப்பாய்ந்த அம்மன் கோவிலைத் தாண்டி, சித்தர் மண்டபம் வரையில் போய், ஆலமரத்து நிழலில் காலை நீட்டிப் படுத்துக்கொண்டன. எனவே, மண்டபத்தில்தான் கொள்ளைக்காரர்கள் அன்று இரவு தங்கியிருந்திருக்கவேண்டும் என்கிற முடிவுக்கு துப்பறியும் இலாகாவினர் வந்து, மண்டபத்தையும், மண்டபத்தைச் சுற்றியுள்ள இடங்களையும், தடயங்களைத் தேடிச் சோதனையில் ஈடுபட்டிருந்தனர்.

சித்தர் மண்டபத்தையும், ஒட்டியிருக்கும் மலைப் பகுதியையும் சோதனையிட்டபோது, மலைக்குப் போகும் பாதையை ஒட்டியிருக்கும் பாறைக்குப் பக்கத்தில் செட்டியார் வீட்டில் இருந்து, கொள்ளையடிக்கப்பட்ட புரோநோட்டுகள், ஆவணங்கள் தீ வைத்துக் கொளுத்தப்பட்டிருப்பது கண்டுபிடிக்கப் பட்டது. ஆவணங்களைத் தீமூட்டியவர்கள், பாறையில் கையால் எழுதப்பட்ட அறிவிப்பையும் ஒட்டி வைத்திருந்தார்கள். அதில், மக்கள் புரட்சி இயக்கம் கொழுந்து விட்டு எரியப் போவதாகவும், அன்று ஏற்படும் நியாயத் தீர்ப்பு நாளில் செட்டியார் போன்ற லேவாதேவிக்காரர்கள் மக்கள் மன்றத்தில் விசாரிக்கப்படுவார்கள் என்றும், அந்த நாள் வெகு தொலைவில் இல்லை என்றும் குறிப்பிடப்பட்டிருந்தது. சில நாட்கள் மெய்ஞ்ஞான சித்தர் இந்தப் பாறையில் வந்து வெயில் காய்வது உண்டு. ஓய்வு எடுத்துக்கொள்வதும் உண்டு.

இவற்றையெல்லாம் பரிசீலித்த உளவுத்துறையினர், சித்தர் மண்டபத்திலும், அதைச் சுற்றியுள்ள பகுதிகளிலும் உலவிய தீவிரவாதிகள் நீண்ட நாட்களாக இந்த இடத்தில் பதுங்கியிருந்து திட்டம் தீட்டிய பிறகுதான் சித்திரபுத்திரன் செட்டியார் வீட்டில் கொள்ளை நடத்தியிருக்க வேண்டும் என்று தற்கால முடிவுக்கு வந்து, உள்ளூர்க்காரர்களின் உதவியில்லாமல் தீவிரவாதிகளால் இவ்வளவு துல்லியமாகச் செட்டியார் வீட்டைக் குறி வைப்பதற்கு வாய்ப்பில்லை என்று தீர்மானித்து, கொள்ளைக்காரர்களுடன் சம்பந்தப்பட்ட உள்ளூர் தீவிரவாதியைக் கண்டுபிடிக்கும் வேலையில் உளவு இலாகா முடுக்கிவிடப்பட்டது.

விடிந்து வெகு நேரத்துக்குப் பிறகு கண்மலர்ந்த மெய்ஞ்ஞான சித்தன், தெருவிலும், செட்டியார் வீட்டைச் சுற்றிலும், காக்கி உடுப்பணிந்தவர்கள் கும்பலாக நிற்பதைக் கண்டு பயந்து போனான். கருப்புத்துரைக்குக் காக்கிச் சட்டையைக் கண்டாலே உள்ளூற உதறல் எடுக்கும். ஜெயிலில் ஏற்பட்ட அனுபவம் நினைப்புக்கு வரும். எங்காவது தப்பித்துப் போய்விடலாமா என்று பார்த்தான். நாலாபக்கமும், போலிஸ் பாரா நிற்பதைப் பார்த்து நடப்பதைக் கவனித்துக்கொண்டிருந்தான். செட்டியார் வீட்டில் நடைபெறும் கெடுபிடியையும் பரபரப்பையும் பார்த்த சித்தர் சுவாமிகள் ஏதோ சின்னஆச்சிக்கு கல்யாண ஏற்பாடுகள் நடைபெறுவதாக யூகித்துக்கொண்டான்.

“நல்ல மவராசி, பசிய அறிஞ்சு சாப்பாடு போடும். பெரிய ஆச்சி, கஞ்சச்சிருக்கி” இப்படி கருப்புத்துரை பத்மாவதியைப் பற்றி மனதுக்குள்ளேயே பெருமைப்பட்டுக் கொண்டிருக்கும் போது சினாக் காவன்னா சித்திரபுத்திரன் செட்டியார், வாயிலும் வயிற்றிலும் அடித்துக்கொண்டு மாளிகையின் பிரதான வாசலைத் திறந்துகொண்டு தெருவுக்கு வந்தான். செட்டியாரின் கொடுமை தாங்கமாட்டாமல், விவசாய மக்கள் அழுது புலம்புவதைப் பாத்திருக்கிறானேயல்லாமல், செட்டியார் குலுங்கிக் குலுங்கி அழுவதை அவன் பார்த்ததே கிடையாது. யாரெல்லாமோ வந்து செட்டியாரிடம் துக்கம் விசாரித்தார்கள். செட்டியாரோ பதில் சொல்லக்கூட திராணியற்ற நிலையில் வாயில் துண்டைப் புதைத்துக்கொண்டு கதறிக் கதறி அழுதான். செட்டியார் அழுவதைப் பார்த்ததும், அவனுள் மூழ்கிக்கிடந்த ஆத்திரம், கோபம் விஸ்வரூபம் எடுத்து,

"தேவடியா மவன், அழுவுறையா, செட்டியாரே, வாயிலேயும், வவுத்துலேயும் அடிச்சுக்கிட்டா அழுவுறே?. எத்தினிபேர் வவுத்துலே நீ அடிச்சிருப்பே. இப்போ அழு, வட்டியும் முதலும் சேர்த்து அழுவுய்யா" என்று உச்சக் குரலில் சொல்லிக்கொண்டு, ஒரு பேய்ச் சிரிப்புச் சிரித்தான்.

அது கூட்டத்தோடு கூட்டமாக மப்டி உடையில் நின்ற துப்பறியும் போலிஸ்காரன் காதில் விழவும் உஷாரானான். கொள்ளையடித்த அதிதீவிரவாதிகளுக்கும் இவனுக்கும் ஏதாவது உறவு இருக்குமோ என்கிற ஐயப்பாடு அவனுக்கு. ஆனால் முழு நிர்வாணக்கோலத்தில் மனிதக்குரங்காக நிற்கும் கருப்புத்துரையைப் பார்க்க அவனுக்கு வியப்பாக இருந்தது. பரிதாபமாகவுமிருந்தது.

"இந்தக் கிறுக்குப் பயலை ஊருக்குள்ளாற உட்டது யாரு?" பக்கத்தில் நின்றவனிடம் போலிஸ்காரனுக்கே உரிய அதிகாரத் தோரணையில் கேட்டான்.

"கிறுக்கனா? என்னய்யா பேசறே. பெரிய சித்தர். மெய்ஞ்ஞான சித்தர் சுவாமிகள். பெரிய மகான். பெரியப் பெரிய மனிசங்க அல்லாம் தரிசனத்துக்குக் காத்துக் கெடக்கிற சித்தர், எங்க ஊர் தெய்வம். நீ பேசறது கேட்டா, சாமி ஏதாச்சும் பண்ணிப்போடும்." பக்கத்தில் நின்ற விவசாயி பயபக்தியுடன் போலிசுக்குச் சொன்னான்.

எதையுமே சந்தேகக் கண்ணுடன் பார்க்கவேண்டும், ஆய்வு செய்யவேண்டும் என்று பயிற்றுவிக்கப்பட்டிருந்த துப்பறியும் போலிஸ்காரனுக்குச் சந்தேகம் வலுப்படலாயிற்று. இதுபோன்று, போலிச்சாமியார்களால் நாட்டில் நடைபெறும், ஊழல்களும், குழப்பங்களும் அவன் நினைப்புக்கு வந்தது. எனவே, மெய்ஞ்ஞான சித்தர் சுவாமிகள் நடவடிக்கைகளை உன்னிப்பாகக் கண்காணிக்கலானான்.

வெகுநேரத்துக்குப் பிறகுதான் கருப்புத்துரைக்குச் செட்டியார் மனம் நொந்து அழுவதற்கான காரணம் தெரியவந்தது. செட்டியார் வீடு கொள்ளையடிக்கப்பட்டதைக் கேட்டபோது கருப்புத்துரை மிகவும் உற்சாகமாகக் காணப்பட்டான். சின்ன ஆச்சி பத்மாவதியின் சடலம் 'போஸ்ட் மார்ட்டத்திற்கு' எடுத்துச்செல்லப்பட்டதைப் பார்த்தபோது மட்டும் சிறிது

மனக்கிலேசம் ஏற்பட்டது. இருந்தாலும் மனம் வேறு விதமாகவும் கற்பனைப் பண்ணியது.

"அவ என்ன யோக்கியச்சி! அவ ஒடம்புலே ஓடற ரத்தமும் சித்திரபுத்திரன் செட்டியார் ரெத்தம் தானே. கழுதை விட்டையிலே முன்விட்டை பின்விட்டே வேறையா இருக்கப் போவுது? அல்லாம் ஒன்றுதான். இருந்தாலும் அவளைக் கொண்டவங்க செட்டியாரைக் கொன்னிருக்கலாம். அவனை உட்டுப்போட்டு, சின்ன ஆச்சிய கொண்டிருக்கப்படாது" என்று தன்னைத் தேற்றிக்கொள்ளும் மட்டாக வாய்விட்டுச் சொல்லிக்கொண்டான். கருப்புத்துரையின் இந்த வார்த்தைகளைக் கேட்டதும் சி.ஐ.டி போலிசுக்கு அவன்மேல் உள்ள சந்தேகம் இரட்டிப்பானது.

"அல்லாமே, மர்மமா இருக்கதே, செட்டியார்வூட்டை யார் கொள்ளையடிச்சிருப்பாக? சாமி! ஒங்களுக்குத் தெரியாமலா இருக்கும்?"

உள்ளூர்ப் பெரிய மனிதன் ஒருவன் கேட்டான். அவனைப் பொறுத்தமட்டில் சித்தர்சுவாமிகள் ஞானதிருஷ்டியில் கண்டறிந்து சொல்லிவிடுவார் என்கிற ஐதீகம்.

முதலில் தெரியும் என்பதேபோல் மெய்ஞ்ஞான சித்தர் சுவாமிகள் தலையை ஆட்டிக்கொண்டது. பிறகு செட்டியார் மீது வெறுப்படைந்திருந்த கருப்புத்துரை,

"எல்லாம் அம்ம ஆளுகதான் செங்சிருப்பாங்க." ஊரையே கொள்ளையடிச்சான் செட்டியார். இப்போ தனது ஜமீனுக்கு உட்பட்ட குடிபடைகள் இந்தக் கொலை, கொள்ளையைச் செய்திருப்பார்கள் என்கிற ஜமீன்தார் உணர்வில் அவன் பதில் சொல்லவும் போலிஸ்காரனுக்கு நிர்வாண சாமியார் மீது ஏற்பட்ட சந்தேகம் ருசுவானமாதிரி ஆகிவிட்டது.

மெய்ஞ்ஞான சித்தர் மீது தனக்கு ஏற்பட்ட சந்தேகத்தையும், அவனைக் கண்காணித்தபோது நடைபெற்ற சம்பவங்களையும், பைத்தியமாகத் தோற்றமளித்த போதும், அவன் பேச்சில் காணப்பட்ட அரசியல் ஈடுபாட்டையும், காழ்ப்புணர்ச்சியையும் அப்படியே டேப்ரிக்கார்டரில் பதிந்து வைத்த மாதிரி மேல் அதிகாரிகளுக்குத் தெரியப்படுத்தினான்.

செட்டியார் வீட்டில் நடைபெற்ற கொலை, கொள்ளை சம்பந்தமான குற்றவாளிகளைக் கண்டறியவும், அவர்களைப் பிடிப்பதற்குமான விவரம் தெரியாமல் திணறிக்கொண்டிருந்த அதிகாரிக்கு, நிர்வாண சித்தர் சம்பந்தமான சேதிகள், வெறும் வாயை மெல்லும் அம்மனுக்கு அவல் கிடைத்த மாதிரி ஆயிற்று. எனவே, மெய்ஞ்ஞான சித்தர் என்கிற மனிதனின் பூர்வீகம் பற்றியும், நடவடிக்கை பற்றியுமான ரகசிய விசாரணைக்கு உத்தரவிடப்பட்டது.

உளவுத்துறை பூரணமாக விசாரணை நடத்தியபோது, மெய்ஞ்ஞான சித்தர்சுவாமிகள் என்று பெருவாரியாகப் பேசப்பட்டு, வழிபட்டு வரப்படும், அந்த மனிதனுக்குப் பூர்வீகம் சிருங்காரபுரி கிராமம் என்றும், ஜமீன் குடும்பத்தில் பிறந்த போதும், தாயாரின் துர்நடத்தைக் காரணமாக வண்ணாரக் குடியில் ஈனப்பேச்சி என்கிற சலவைத் தொழிலாளியால் வளர்க்கப்பட்டான் என்றும், ஏற்கெனவே ஒரு தடவை சினாக்காவன்னா சித்திரபுத்திரன் செட்டியார் வீட்டில் பொருட்களைத் திருடி, ஜெயிலுக்குப் போன நபர் என்றும், அதன் காரணமாக செட்டியார் வீட்டு ரகசியம் முழுவதும் அவனுக்குத் தெரியும் என்றும் புலனாய்வு தெரியப்படுத்திற்று. மேலும், ஜெயில் ரிக்கார்டுகளைப் பரிசீலித்த போது, கருப்புத்துரை ஜெயிலில் இருந்த காலத்தில், தீவிரவாத கோஷ்டியைச் சேர்ந்த சில புரட்சியாளர்களும் ஜெயிலில் இருந்திருக்கிறார்கள் என்ற விவரமும் தெரியவந்தது. இவற்றை எல்லாம் வைத்துப் பார்த்தபோது, ஜெயிலில் இருந்த காலத்தில் கருப்புத்துரை, புரட்சியாளர்களால் மூளைச் சலவை செய்யப்பட்டு, அவர்களது வழிகாட்டுதலின் பெயரில்தான் சித்தனாகவும் சாமியார்போல் வேஷம் போட்டும், கொள்ளைக்கு புரட்சியாளர்களோடு சேர்ந்து ஏற்பாடு செய்திருக்கிறான். தனது சதி வேலைக்கும், சகாக்களைச் சந்திப்பதற்கும் வேண்டித்தான் ஊருக்கு வெகு தொலைவில் ஒதுக்குப்புறமாக இருக்கும் சித்தர் மண்டபத்தைத் தேர்ந்தெடுத்திருக்கிறான் என்று அதிகாரிகள் முடிவுக்கு வந்தார்கள். அல்லாமலும், கொள்ளையும் கொலையும் நடைபெற்ற இரவு அவன் செட்டியார் வீட்டின் முன்புறத்திலேயே முகாம் போட்டிருப்பது, எல்லாவற்றையும் இணைத்துப் பார்த்த போலிஸ் அதிகாரிகள் தீவிரவாதக் கும்பலில், கருப்புத்துரை

மிகவும் கேந்திரமான ஆள் என்று தீர்மானித்து அவனைப் பிடித்தால்தான் புரட்சியாளர்கள் சதிகள் பற்றி விவரமறிய முடியும் என்றும், அவனைக் கைது செய்வது என்றும் முடிவுக்கு வந்தார்கள்.

தான் ஒரு துறவி என்றும், சித்துக்கள் செய்யக்கூடிய மகான் என்றும் மக்களை அவன் நம்ப வைத்திருக்கிறான். அவனுக்கென பக்தர்கள் குழாம் மற்றும் பக்த ஜனசபைகளும் இருப்பதால், பகல் வேளையில் அவனைக் கைது செய்தால் சட்டம் ஒழுங்குப் பிரச்சினை எழுவதற்கு ஏதுவாகும் என்பதால், மக்கள் கூட்டம் குறைந்த நேரத்தில் ஊருக்குள் குஞ்சு குளுவானுக்குக்கூடத் தெரியாமல் அவனைக் கைது செய்யவேண்டும் என்று உயர்மட்ட போலிஸ் அதிகாரிகளால் தீர்மானிக்கப்பட்டது. எனவே, மெய்ஞ்ஞான சித்தனைக் கைது செய்வதற்கான சகல ஏற்பாடுகளும் செய்யப்பட்டு, கருப்புத்துரையின் நடமாட்டம் உன்னிப்பாகக் கண்காணிக்கப்பட்டது.

தன்னை மையமாக வைத்து, நடைபெறும் இவ்வளவு ஏற்பாடுகளையும் அறியாத அப்பாவியான மெய்ஞ்ஞான சித்தர் முனி என்கிற கருப்புத்துரை முன்னைவிட இரட்டிப்பு மகிழ்ச்சியில், ஊருக்குள் திரிந்தான். அவனுக்கு செட்டியார் வீட்டுச் செல்வம் கொள்ளையடிக்கப்பட்டதில் மட்டற்ற மகிழ்ச்சி. போலிஸ் கெடுபிடி காரணமாக அவனைத் தரிசிக்க வரும் கூட்டம் மட்டும் வெகுவாகக் குறைந்து காணப்பட்டது. கருப்புத்துரை எப்போதுமே அதைப் பற்றியெல்லாம் கவலைப்பட மாட்டான். அக்கறையும் காட்டமாட்டான். அன்று மாலை வரையில் திகம்பர நிலைமையில் ஊரை வலம் வந்த கருப்புத்துரை, சித்தர் மண்டபத்துக்குப் போய் வெகுசீக்கிரத்திலேயே நித்திரைக்கு ஆட்பட்டுப் போனான். போலிஸ் கெடுபிடி இருந்த காரணத்தால், வழக்கமாக சித்தரைத் தொடர்ந்து மண்டபத்தில் முகாமடிக்கும் கூட்டம் அவனைத் தொடரவில்லை. லேசாகத் தூறல் விழுந்துகொண்டிருந்ததால் உஷ்ணம் குறைந்த சமனான கால நிலை ஏற்பட்டிருந்ததால் கருப்புத்துரைக்கு அன்றைக்கென்று சுகமான நித்திரை.

நடு இரவுக்கும் பிறகு, திடீர் என்று சித்தர் மண்டபத்தின் அமைதியைக் குலைத்துக்கொண்டு, காதைப் பிளக்கும்படியான

மோட்டார் வாகனங்களின் பேரொலி. கருப்புத்துரை நித்திரை கலைந்து எழுந்தான். மின்னலைப் பழிக்கும் விளக்கொளி, பளிச் பளிச்சென்று மின்னிப் பிரகாசிக்கவும் கருப்புத்துரை பயந்து நடுங்கினான். எதிர்பாராத ஒலியையும் ஒளியையும் கண்டு மிரண்டுபோன பட்சி ஜாலங்கள் கதறிக்கொண்டு, மண்டபத்துக்கும் மலைக்குமாக ஓலமிட்டு பறந்து மறுகிக் கொண்டலைந்தன.

சித்தர் மண்டபத்தில் கலவரம் நடக்கிறது என்று பதறியடித்துக்கொண்டு ஓடி வந்த சிருங்காரபுரி மக்கள் தீப்பாய்ந்த அம்மன் கோவில் பக்கத்திலேயே துப்பாக்கி ஏந்திய போலிஸாரால் தடுத்து நிறுத்தப்பட்டனர். போலிஸ் வகுத்திருக்கும் எல்லைக்கோட்டைத் தாண்ட முற்படுபவர்கள், சுட்டுப் பொசுக்கப்படுவார்கள் என்கிற எச்சரிக்கை பறக்கவும், பயந்துபோன மக்கள் கூட்டம் சித்தர் மண்டபத்தில் நடைபெற்றுக் கொண்டிருக்கும் நிகழ்ச்சிகளுக்குச் சாட்சிகளாக நின்றார்கள்.

தூக்கக் கலக்கம் கலைந்ததும், தன்னை வளைத்து நிற்கும் போலிஸ் வியூகத்தையும், அவர்கள் வைத்திருக்கும் ஆயுதங்களையும் பார்த்த கருப்புத்துரைக்கு மூளை கலங்கிப்போன மாதிரி இருந்தது. அவர்கள் தன்னைத்தான் குறிவைக்கிறார்கள் என்பதையும் புரிந்துகொள்வதற்கு வெகுநேரம் பிடித்தது. அதற்குப் பிறகுதான் அவர்கள் பிடியினின்றும் தன்னைத் தப்புவித்துக்கொள்ள வேண்டும் என்கிற எண்ணம் உதயமாயிற்று. இவ்வளவு இருந்தும், துப்பாக்கி சகிதம் போலிஸ் ஜவான்களும், ரிவால்வார்கள் சகிதம் நிற்கும் அதிகாரிகளும் அவனை நெருங்குவதற்குத் தயங்கிய மட்டில் நின்றுகொண்டிருந்தனர். சுலபமாக அவனைச் சுட்டு, சடலத்தைக் கைப்பற்றிவிடலாம். ஆனால், அவனிடமிருந்து, பயங்கரவாதக் கும்பல் பற்றிய விவரங்களைச் சேகரிக்க வேண்டியிருந்ததால் எவ்வளவு சேதம் ஏற்பட்டாலும் மெய்ஞ்ஞான சித்தன் என்கிற அந்தப் புரட்சியாளனை உயிரோடு பிடித்தாக வேண்டும் என்ற உயர்மட்ட அதிகாரிகளின் உத்தரவு.

இப்படிப்பட்ட பயங்கரவாத அரசியலில் சம்பந்தப்பட்டவர்களைக் கைது செய்வதில் மிகவும் எச்சரிக்கையாகவும், ஜாக்கிரதையாகவும் இருக்கவேண்டியுள்ளது. உயிர்ப் பலிக்கும் அஞ்சாத சண்டாளர்கள். கையில் வெடிகுண்டோ, பயங்கர

ஆயுதத்தையோ வைத்திருப்பார்கள். தன்னைப் பிடிக்க வரும் போலிஸ் படைமீது குண்டை வீசிப் பெரும் சேதத்தை உண்டு பண்ணிவிட்டுத் தப்பி ஓடிப்போய்விடுவார்கள். அல்லது தற்கொலை பண்ணிக்கொள்வார்கள். எனவே, எந்த நிமிஷத்தில் என்ன நடக்கும் என்று சொல்ல முடியாது. எனவே, ஒவ்வொரு ஜவானும், உயிரைக் கையில் பிடித்துக்கொண்டு மண்டபத்தில் மறைந்திருக்கும் மெய்ஞ்ஞான சித்தனை நோக்கி முன்னேறிக் கொண்டிருந்தார்கள்.

மலையடிவாரத்தில், பாறையோரம் இருக்கும் குகைக்குப் போய்விட்டால், இண்டங்காடு வழியாகத் தப்பி ஓடிவிட முடியும். யாராலும் தன்னைப் பிடித்துவிட முடியாது என்பது கருப்புத்துரைக்குத் தெரியும். இருந்தாலும் தன்னை நெருங்கி வந்துவிட்ட போலிஸ் படையைப் பயமுறுத்துவதற்காக பக்கத்தில் கிடந்த பெரிய கூழாங்கல்லை எடுத்தான். அது சீனிக் கல்லாகையால், டார்ச் லைட் வெளிச்சத்தில் மின்னிப் பிரகாசித்தது. அவர்கள் மீது வீசப் போவதாகப் பாவலாக் காட்டவும் வெடிகுண்டு வைத்திருப்பதாக அதிகாரி போலிஸ் காரர்களை எச்சரித்தான்.

ஒருவகையாக சமாளித்துக்கொண்டே கருப்புத்துரை சித்தர் மண்டபத்தை விட்டு வெளியேறி, பாறையை ஒட்டிய குகை வரையில் வந்துவிட்டான். இந்த இடத்தில் மட்டும் சமாளித்து விட்டான் என்றால், மலைப்பாதை வழியாகத் தப்பி ஓடிவிடலாம். எவராலும் பிடிக்க முடியாது என்பது அவன் கணக்கு. ஆனால் அவனைப் பின்பற்றி வந்த கூட்டம் வெகு சமீபத்தில் வந்துவிட்டது. எனவே பாறைக்குப் பின்னால் மறைந்துகொண்டான். இருளுக்கும், கருப்புத்துரைக்கும் வித்தியாசம் கண்டுப்பிடிக்கப்பட முடியாத இக்கட்டான நிலை. திரும்பவும் வெளிச்சத்தை அவன் மீது பாய்ச்சி அடையாளம் காண முயன்ற அதிகாரி,

"குண்டைக் கீழே போட்டுட்டு, சரண் அடைஞ்சிரு, இல்லை சுட்டுப்போடுவேன்" என்று அதட்டின அடுத்த கணமே,

"ஐயோ! செத்தேன்" என்று அலறிய வண்ணம் தரையில் சாய்ந்தான். கல்லெறிப்பட்ட அதிகாரிக்கு மண்டை பிளந்து உதிரம் பீரிட்டது. கருப்புத்துரை அவன் தலையைக் குறிவைத்துக் கல்லை வீசிவிட்டு, மலைப்பாதையில் ஓடலானான்.

போலீஸ்காரர்கள் மத்தியில் கூச்சல் குழப்பம். சிலபேர் கீழே சாய்ந்துகிடந்த அதிகாரியைத் தூக்கப் போனார்கள். வேறு சிலபேர் கருப்புத்துரையைத் துரத்திக்கொண்டு ஓடினார்கள். கடைசியில் மலைப்பாதையில், கருப்புத்துரை மடக்கிப் பிடிக்கப்பட்டான். வழக்கமான அடியும் உதையும்.

தங்களுக்குப் பிரியமான மெய்ஞ்ஞான சித்தர் சுவாமிகளை போலிஸார் ஏன் இப்படிச் சித்திரவதை செய்கிறார்கள் என்பதை, சிருங்காரபுரி மக்களாலும், கருப்புத்துரையாலும் புரிந்துகொள்ள முடியவில்லை. கடைசியில் கைகளில் விலங்கிடப்பட்டு போலிஸ் வண்டியில் கருப்புத்துரை ஏற்றப்பட்டான். ஊர்மக்கள் இதையெல்லாம் பார்த்துத் திகைத்துப் போய் நின்றார்கள்.

மறுநாள், பத்திரிக்கையில் கருப்புத்துரையின் நிர்வாணக் கோலத்திலான படம் முகப்புப் படமாக பிரசுரமாகியிருந்தது.

நிர்வாண சித்தர் என்ற புனைப் பெயரில் சிருங்காரபுரி மக்களையும், அந்த வட்டாரத்து மக்களையும் ஏமாற்றி வந்த கருப்புத்துரை, ஒரு தீவிரவாதியென்றும், போலிஸார் மிகவும் சிரமப்பட்டு, அவனைக் கைது செய்யக் கண்டறிவதற்கும், துப்புத் துலக்குவதற்குமான விசாரணை தீவிரமாக நடைபெற்று வருவதாகவும் விசாரணையில் பல திடுக்கிடும் தகவல்களும், சதி வேலைகளும் தெரிய வந்திருப்பதாகவும் செய்திகள் வெளியிடப் பட்டிருந்தன.

11

கொலை, கொள்ளை, அரசைக் கவிழ்ப்பதற்கான சதி ஆகிய நடவடிக்கைகளில் ஈடுபட்டதாகவும், இன்னும் பல சதி வேலைகளில் சம்மந்தப்பட்டிருப்பதாகவும் குற்றம் சாட்டப்பட்டு, மாவட்ட அமர்வு நீதிமன்றத்தில், கருப்புத்துரை குற்றவாளிக் கூண்டில் நிறுத்தப்பட்டான்.

மெய்ஞ்ஞான சித்தர் முனி என்கிற புனைப் பெயரில் மறைந்திருந்த கருப்புத்துரை, பயங்கரவாத அமைப்பைச் சேர்ந்தவன் என்றும், நாட்டில் பல இடங்களில் ஏற்பட்ட கொள்ளைகளுக்கும், வெடிகுண்டு சம்பவங்களுக்கும், கொலை களுக்கும் கருப்புத்துரைக்கும் சம்பந்தம் உண்டு என்றும் பலவாறாக விளம்பரப்படுத்தப்பட்டது. பத்திரிகைகளும், இல்லாததும், பொல்லாததுமான சம்பவங்களுடன் கருப்புத் துரையின் பெயரைச் சம்பந்தப்படுத்தி, பூதாகரப்படுத்தி அவனை ஒரு அதிபயங்கரவாதியாகச் சித்திரித்திருந்தன. எனவே, சினாக் காவன்னா சித்திரபுத்திரன் செட்டியாரின் பகைமையையும் அரசாங்கத்தின் எதிர்ப்பையும் ஏற்றுக்கொள்ள விரும்பாத மெய்ஞ்ஞான சித்தர்சுவாமிகள் பக்த ஜனசபை, கருப்புத்துரைக்கு வக்காலத்து வாங்கத் தயாராக இல்லை. தலை தப்பினாற் போதும் என்கிற நிலைமையில், அய்யண அம்பலமும், மற்றவர்களும் விலகிக்கொண்டனர். மொத்தத்தில் கருப்புத்துரை நிற்கதியாக விடப்பட்டான். அவனுக்காக வாதாடுவதற்குக்கூட வக்கீல் இல்லை. எனவே, நீதிபதியே அரசு செலவில் மெய்ஞ்ஞான சித்தனுக்கென வக்கீல் நியமிக்க வேண்டியதாயிற்று.

முரட்டுப் பார்வையும், பறட்டைத்தலையும், உராங்குட்டான் போன்ற உடல்வாகும் தாடியுமாக இருக்கும் கருப்புத்துரையை நீதிமன்றத்துக்குக் கொண்டுவரும் போதெல்லாம், போலிஸாரால் அவன் ஒரு அதிபயங்கரவாதியாக விளம்பரப்படுத்தப்பட்டான்.

கருப்புத்துரை, நீதிமன்றத்துக்கு விசாரணைக்குக் கொண்டு வரப்படப்போகிறான் என்றாலே, வெகு காலையிலேயே நீதிமன்றத்தைச் சுற்றிலும், கடுமையான போலிஸ் பந்தோபஸ்து போடப்படும். நீதிமன்றத்துக்கு வருபவர்கள் எல்லாம் கடுமை யாகக் கண்காணிக்கப்படுவர். சில சமயங்களில், பயங்கரவாத கோஷ்டியைச் சேர்ந்தவர்கள் நீதிமன்றத்திலேயே குண்டு வீசி அவனைக் கடத்திக்கொண்டு போகப் போவதாக புரளி கிளம்பும். அப்போது, நீதிமன்ற வளாகத்துக்குள் நுழைபவர்கள் எல்லாம் மெட்டல் டிடெக்டர் வைத்துச் சோதனைக் குட்படுத்தப்படுவார்கள். மூலைமுடுக்கெல்லாம் ஆயுதம் தாங்கிய போலிஸும், துப்பறியும் போலிஸும் நிறுத்தப்பட்டிருக்கும்.

கருப்புத்துரை நீதிமன்றத்துக்கு விசாரணைக்குக் கொண்டு வரப்படுவதே பெரும் கெடுபிடியோடுதான் நடைபெறும். கருப்புத்துரை கொண்டுவரப்படும் போலிஸ் வண்டிக்கு முன்னும், பின்னும் துப்பாக்கி ஏந்திய போலிஸாருடன் போலிஸ் ஜீப்புகள், போலிஸ் வண்டியில் இருந்து இறக்கப்படும் போது கைகள் விலங்காலும், கால்கள் சங்கிலியாலும் பிணைக்கப்பட்டு ஒரு சர்க்கஸ் மிருகத்தைப்போல் நீதி மன்றத்துக்குக் கொண்டுவரப் படுவான். நீதிமன்ற அறையில் நிறுத்தப்படும்போது மட்டும்தான் இந்தப் பிணைப்புகள் அகற்றப்பட்டிருக்கும். இத்தகு கெடுபிடிகள் காரணமாகவே, கருப்புத்துரை சம்பந்தப்பட்ட விசாரணை வட்டாரப் பிரசித்தமாகிப் போனது.

எது எப்படியிருந்த போதிலும், கருப்புத்துரை ஒரு அரசியல்வாதி என்கிற அந்தஸ்து பெற்ற நபராகக் கருதப் பட்டதால், குற்றவாளிக் கூண்டில் நிறுத்தப்பட்டிருந்த போதிலும், அரசியல்வாதிக்குத் தரப்படும் மரியாதை அவனுக்கு வழங்கப்பட்டிருந்தது. விசாரணை நடைபெறும் காலங்களில் மற்ற குற்றவாளிகளைப்போல், நிலையாக நிற்க வேண்டியதில்லை. இருக்கையில் அமர்ந்த வண்ணமே வழக்கு விசாரணையைக் கவனிக்கலாம் என்று நீதிபதி விசேஷ அனுமதி வழங்கியிருந்தார்.

நீதிமன்றத்தில் தனக்கு இப்படி ஒரு மரியாதை கிடைக்கும் என்று கருப்புத்துரை எதிர்பார்க்கவில்லை. ஒரு வேளை தான் சிருங்காரபுரி ஜமீன் வம்சம் என்பதை அங்கீகாரம் செய்ததன் காரணமாகத்தான் தனக்கு நீதிபதிக்குச் சமதையான ஆசனம்

தரப்பட்டிருக்கிறது என்று கற்பனைப் பண்ணிக்கொள்வான். இதன் பிரதிபலிப்பாக அவன் பார்வையில்கூட ஒருவிதமான கர்வம் தென்படும்.

சினாக் காவன்னா சித்திரபுத்திரன் செட்டியார் வீட்டில் நடைபெற்ற கொள்ளை, கொலை மற்றும் இரண்டு வழக்குகளில் கருப்புத்துரையுடன் சகக் குற்றவாளிகளாகச் சேர்க்கப்பட்டிருந்த வர்கள் ஏற்கெனவே, தலைமறைவாக இருப்பதாலும், அவர்கள் போலிஸ் வலையில் சிக்குவதற்கான சந்தர்ப்பமே இல்லை என்று உறுதியாகி விட்டதாலும், மெய்ஞ்ஞான சித்தன் சம்பந்தப்பட்ட வழக்கை மட்டும் தனியாகப் பிரித்து நடத்தி முடித்துவிட வேண்டும் என்று தீர்மானமாகிவிட்டதால், அந்த வழக்கு மட்டும் தனியாக நடைபெறுகிறது.

சிருங்காரபுரிக் கொள்ளை வழக்கு அமர்வு நீதிமன்றத்தில், சகலப் பாதுகாப்புகளுடனும் ஆரம்பமாயிற்று. அவ்வளவு பாதுகாப்புகளுக்கும் மத்தியில் வழக்கின் தன்மையையும் நடவடிக்கைகளையும் கவனிக்க நீதிமன்றத்தில் நல்ல கூட்டம். அதிலும் சாமியார் வேடத்தில் ஒரு புரட்சியாளனைப் பார்ப்பது சாதாரணக் காரியமா?

பிராசிக்கியூஷன் தரப்பில், விசாரணை செய்யப்படுவதற்கு முதல் சாட்சியாக சினாக்காவன்னா சித்திரபுத்திரன் செட்டியார் சாட்சிக் கூண்டில் கொண்டுவந்து நிறுத்தப்பட்டார். அடுத்த சாட்சி கூத்தநாச்சி அம்மையார். செட்டியார் வயதாகி வலுவிழந்து போன யானை மாதிரி மிகவும் மெலிந்து தென்பட்டார். சிவபெருமானிடம் கோபமோ என்னமோ, எப்போதும் நெற்றியை அலங்கரித்து அழகுக்கழகு கூட்டும் விபூதிப் பட்டையைக் காணவில்லை.

செட்டியார் சாட்சிக் கூண்டில் ஏறி நின்றதும், குற்றவாளிக் கூண்டில் கன கம்பீரமாக, எந்தவிதமான உணர்ச்சியும் இல்லாமல் உட்கார்ந்திருக்கும் கருப்புத்துரைய்யைப் பார்த்தார். முகமூடிக் கொள்ளைக்காரர்கள், மகளைக் கொலை செய்துவிட்டு, தன்னையும் கையிலும் முதுகிலும் குத்திக் காயம் உண்டு பண்ணியது நினைப்புக்கு வந்தது. முகம் விகாரமாகத் தென்பட்டது. செட்டியார் பயப்படுகிறார் என்பதை யூகமாகப் புரிந்துகொண்ட அரசு வழக்குரைஞர் செட்டியாருக்குத் தெம்பு

சொன்னார். பயந்து செட்டியார் உளறிவிடக் கூடாது என்று அவருக்கு பயம். வழக்கே அவர் சாட்சியத்தில்தான் தொக்கி நிற்கிறது.

"அடப் பாவி! உண்ட வீட்டுக்கு ரண்டகம் பண்ணன பயலே. எம்மக, ஒன் இச்சைக்கு ஈடு கொடுக்கலேங்கிறதை மனசுலே வெட்சிட்டிருந்து கொன்னு போட்டையடா பாவி" என்று செட்டியார் கூண்டில் நின்றவாறே சாபம் விட்டார். மகள் பத்மாவதியைக் கருப்புத்துரைதான் கொன்றிருக்கவேண்டும் என்பது செட்டியாரின் அசைக்க முடியாத நம்பிக்கை.

சாட்சியை விசாரித்துக்கொண்டிருக்கும் போதே, அரசுத் தரப்பு வக்கீல், மேஜையில், சணல் சாக்குப் பொதியில், மிகவும் கவனமாகப் பத்திரப்படுத்தி வைக்கப்பட்டிருந்த பிச்சுவாக் கத்தியை வெளியே எடுத்தார். பிச்சுவா பளபளத்தது.

"செட்டியார் இந்தப் பிச்சுவாவைப் பாருங்கள்" அரசு வழக்குரைஞர் சொன்ன போதே செட்டியார் முகம் மாறிப் போயிற்று. பீதியுடன் வக்கீலையும், நீதிபதியையும், பிச்சுவாவையும் மாறி மாறிப் பார்த்தார். பிரம்மை பிடித்தவர்போல் நின்றார்.

"என்ன செட்டியார் சொல்லுங்கோ. இந்தக் கத்தியால்தானே உங்க மகள் குத்திக்கொலை செய்யப்பட்டாங்க!" வழக்குரைஞர் திரும்பவும் செட்டியாரைக் கேட்டார். அரசு வழக்கை நிரூபிப்பதற்கு, மிகவும் முக்கியமான சான்றுப் பொருள் அந்த பிச்சுவா.

வக்கீல் கேள்வி கேட்ட மறுகணமே செட்டியார் தலையில் அடித்துக்கொண்டு கூப்பாடு போட்டு அழ ஆரம்பித்துவிட்டார். மரணத்தையே நேரில் சந்தித்துவிட்ட பீதி செட்டியாரின் நயனங்களில் தென்பட்டது. மகள் மட்டுமல்ல, வாயைக் கட்டி வயிற்றைக்கட்டி வட்டிக்குவிட்ட முதலும் பறிபோய் பிச்சைக்காரனாகிப் போனதில் செட்டியாருக்கு மகாவிசனம்.

செட்டியார் தலையிலும் நெஞ்சிலும் அடித்துக்கொண்டு அழுவதைப் பார்த்ததும் கருப்புத்துரைக்குச் செட்டியாரைப் பழிவாங்கிவிட்ட மகிழ்ச்சி. குற்றவாளிக் கூண்டில், மௌனமாக உட்கார்ந்திருந்த கருப்புத்துரை வாய்விட்டுச் சிரித்தான். வாழ்நாளிலேயே அனுபவித்திராத ஹாஸ்யத்தை ரசித்து

விட்டதே போல் சிரித்தான். நீதிமன்ற அறையே எதிரொலிக்கும் படியாகச் சிரித்தான். நீதிபதியே மிரண்டு போகும்படியான சிரிப்பு.

"வக்காளி சினாக் காவன்னா அழுவு, நல்லா அழுவு. எத்தினி குடும்பங்களைக் கழுத்தை அறுத்திருப்பே, அழ வைச்சிருப்பே. எத்தினி குடும்பம் என் குடிபடைகள் விஷம் குடிச்சு மாண்டு. இப்ப வாயிலேயும், வவுத்துலேயும் அடிச்சிட்டா அழுவுறே? நீ பண்ண அழும்பு அல்லாம் கரையும் வரையில் அழுவு" இப்படி ஆவேசமாக எழுந்து நின்று சப்தம் போட்டான். பிறகு வக்கீலும், நீதிபதியும் எச்சரிக்கை பண்ணிய பிறகுதான் கருப்புத்துரையின் பேய்ச் சிரிப்பு அடங்கியது.

கருப்புத்துரையின் ஆத்திரத்தையும் ஆவேசத்தையும் கண்டு பயந்துபோன சினாக் காவன்னா சித்திரபுத்திரன் செட்டியார், ஆளை அடையாளம் காட்டச் சொன்னபோதுகூட, கருப்புத்துரையைச் சுட்டிக்காட்டுவதற்குக்கூட பயந்த மட்டில், தலையை ஆட்டிக்கொண்டு, சாட்சிக் கூண்டை விட்டு இறங்கிப் போனார். கருப்புத்துரையின் பேய்ச் சிரிப்பையும், அவனது ஆவேசமான பேச்சையும் கேட்டதற்குப் பின் நீதிபதிக்குக் கருப்புத்துரையின்பால் ஏற்பட்ட சந்தேகம் வலுப்படலாயிற்று. கருணையற்ற மகா சண்டாளனாக அவருக்குத் தென்பட்டான்.

கடைசியில், பிராசிக்கியூஸன் தரப்பு சாட்சிகள் எல்லாம் முறையாக விசாரிக்கப்பட்டு, கருப்புத்துரைக்கு எதிராகச் சொல்லப்பட்ட சாட்சியங்களையும், அவற்றின் தன்மையையும் எடுத்து விளக்கிக் கூறியதற்குப் பிறகு, குற்றவாளி என்கிற வகையில், வேண்டியது ஏதாவது உண்டா என்று கேட்கப்பட்ட போது,

"நான் சொல்ல என்ன இருக்கு. ஆறு வட்டி வாங்கிற சித்திர புத்திரன் செட்டி செத்தா தானுங்க ஊரு உருப்படும்" என்று சொன்னான்.

கருப்புத்துரைக்கு தனது ஜமீன் மக்களின் குறைபாட்டை நீதிபதிக்கு எடுத்துச் சொல்லிவிட்டதாகத் திருப்தி. ஆனால் நீதிபதி வேறுவிதமான முடிவுக்கு வந்தார். அதாவது, அவன் பேச்சையும், நடத்தையையும் கணக்கில் கொண்டு, செட்டியார் மகளை கருப்புத்துரைதான் கொலை செய்திருப்பான் என்கிற

திடமான முடிவுக்கு வந்தார். மட்டுமல்ல அவன் குற்றவாளியாகச் சேர்க்கப்பட்டிருக்கும் கொலை கொள்ளைகளையும் அவன்தான் செய்திருப்பான். சித்தர் நாடகம் அவனுக்கு மூடுதிரை என்று முடிவுக்கு வந்தான்.

மறுவாரம், மெய்ஞ்ஞான சித்தன் எனப்படும் கருப்புத்துரை நீதி மன்றத்துக்குச் சகலவிதமான பாதுகாப்புடன் கொண்டுவரப் பட்டான். பாதுகாப்பு முன்னைவிடத்தானும் பலமாக இருந்தது.

சம்பவத்தின் கோரத்தன்மையையும், அது கொடூரமான முறையில் நடைபெற்றிருப்பதையும் கணக்கில்கொண்ட நீதிபதி, இது போன்ற தீவிரவாதிகளுக்குக் கருணையே காட்டுதல் கூடாது. ஏனெனில் அவர்களே, கருணை என்ற ஒன்றில்லாத அரக்கர்கள் என்றும் சொன்ன நீதிபதி இந்த வழக்கு அபூர்வத்திலும் அபூர்வ வழக்கு (Rariesh of Rare Cases) என்று தீர்ப்பின் இறுதி வாசகமாகச் சொல்லியிருந்த நீதிபதி, கருப்புத்துரைக்கு மரண தண்டனை விதித்து தனது சேம்பருக்குப் போனார்.

கருப்புத்துரையோ, எதைப் பற்றியும் அக்கறைகொள்ளாத மட்டில் தனது தலைக்குமேல் சுழன்றுகொண்டிருக்கும் மின் விசிறியை வியப்புடன் பார்த்துக்கொண்டு நின்றான்.

12

மெய்ஞ்ஞான சித்தர்சுவாமிகள் என்ற பெயரில், மறைந்திருந்த தீவிரவாதிக்கு செஷன்ஸ் நீதிமன்றம் வழங்கிய தீர்ப்பை உயர்நீதிமன்றம் ஊர்ஜிதம் செய்ய வேண்டியிருந்தது. அதற்குமேல் உச்சநீதிமன்றத்திற்கு வழக்கை எடுத்துச் செல்ல அவனுக்கு நாதியும் கிடையாது.

எனவே, தூக்குத் தண்டனை வழங்கப்பட்ட் குற்றவாளி என்பதால் கருப்புத்துரை இதுவரையில் வைக்கப்பட்டிருந்த செல்லில் இருந்து அப்புறப்படுத்தப்பட்டு, தனிக்கொட்டடியில் வைக்கப்பட்டான். குகை போன்று இருள் கவிந்த கொட்டடி, தேள்களும், நட்டுவாக்காலிகளும், பெருச்சாளிகளின் நடமாட்டம் அதிகமாக இருந்ததேயல்லாமல், மனித ஜந்துக்களின் நடமாட்டமும் குறைவாகவே இருந்தது.

தூக்குத் தண்டனை வழங்கப்பட்ட கைதிகள், பெரும்பாலும், பைத்தியம் பிடித்த நிலையில் இருப்பார்கள். வெறுப்பின் காரணமாக சகமனித உயிருக்கே ஊனம் உண்டுபண்ணக்கூடிய வெறியர்களாக இருப்பார்கள் என்று அனுமானம். எனவே வார்டர்கள்கூடத் தனிக்கொட்டடிப் பக்கம் அதிகமாக நடமாடுவதில்லை.

கருப்புத்துரை பயங்கரவாத குழுவைச் சேர்ந்தவனாக இருந்ததால், அவன் சிறையை உடைத்துக்கொண்டு தப்பித்துப் போய்விட்டாலும் போய்விடலாம் என்று கண்காணிப்பு மட்டும் அதிகமாக இருந்தது. அதேபோல், அவனது சகாக்கள் திடீர் என்று சிறைச்சாலையை முற்றுகையிட்டு, கருப்புத்துரையை மீட்டுக்கொண்டு போய்விடவும் வாய்ப்பு இருக்கிறது என்பதால், சிறைச்சாலையைச் சுற்றிலும், ஆயுதம் தாங்கிய போலிஸ் படையும் நிறுத்தப்பட்டிருந்தது.

கருப்புத்துரையைப் பொறுத்தமட்டில், பாழடைந்த சித்தர் மண்டபத்திலும், மலைப்பாறைகள் மத்தியிலும், ஈனப் பேச்சியின் குட்டிச் சுவரிலும் காலத்தைக் கடத்தியதனால், தனிக் கொட்டடி வாழ்க்கை ஒன்றும் சிரமமாகப்படவில்லை. நாய்க்குச் சாப்பாடு போடுவதுபோல் வேளாவேளைக்குச் சாப்பாடு கிடைத்து விடுகிறது.

இவ்வளவு இருந்தும் அவனுக்குப் புரியாத விஷயம் தன்னை ஏன் இப்படி ஒரு கொட்டடியில் பூட்டி வைத்திருக்கிறார்கள் என்பதுதான். சிலசமயம் இழந்துபோன சிருங்காரபுரி வாழ்க்கை பற்றி நினைப்பு வரும். ஈனப்பேச்சி பற்றியும் பஞ்சகல்யாணி கழுதையைப் பற்றியும் நினைப்பு ஏற்படும். என்றைக்காவது ஒரு நாள் இவர்கள் தனது மகிமையை உணர்ந்து சிருங்காரபுரிக்கே ஜமீன்தாராகத் தன்னை அனுப்பிவிடுவார்கள் என்று கனவுகாணத் தொடங்குவான். அந்த நேரத்தில் அவனுக்கான உணவைத் தட்டில் தள்ளிவிட வரும் சிப்பந்தியிடம்,

'என்னை எப்போ ஊருக்கு அனுப்பப் போறீங்க?' என்று கேட்பான்.

"கவலைப்படாதே, ஹைகோர்ட் தீர்ப்பு வந்தாச்சு, எல்லாவிதமான மரியாதைகளும், சடங்குகளும் செய்து உன்னை உசர அனுப்பிச்சுப் போடுவம்" என்பான்.

கருப்புத்துரைக்குப் புரியாது.

"சீக்கிரமா அனுப்பிச்சுட்டா நல்லது" என்பான். சிப்பந்தி, மெய்ஞ்ஞான சித்தர் மெய்வழியில் நின்று ஞானம் பேசுகிறார் என்று நினைத்துக்கொள்ளுவான்.

கடைசியில் ஒரு நாள், மதிய வேளையில் கருப்புத்துரை, சுகமான நித்திரையில் ஆழ்ந்திருந்த போது, ஜெயில் அதிகாரி பரிவாரங்களுடன் கருப்புத்துரை அடைக்கப்பட்டிருக்கும் கொட்டடிக்கு வந்தான்.

"ஐ ஆம் ஸாரி மிஸ்டர் மெய்ஞ்ஞான சித்தர். உங்களோட தூக்குத் தண்டனை ஹைஹோர்ட்டால் ஊர்ஜிதம் செய்யப்பட்டு விட்டது" என்று அவனுக்காக மனக்கிலேசம் கொண்டதே போல் பாவலாக் காட்டினான் அதிகாரி. ஆனால், கருப்புத்துரை

எந்தவிதமான, எதிர்மறையான பரபரப்பும், பிரதிபலிப்பும் இல்லாமல் இருந்தது அதிகாரிக்கு ஆச்சரியம் தருவதாக இருந்தது.

"அப்படீங்களா! ரொம்ப சந்தோஷம்" கை கூப்பி நமஸ்கரித்தவண்ணம் பதில் சொன்னான்.

சிறை அதிகாரி அதிர்ந்து போனான். மரணத்தை இவ்வளவு இலகுவாக எடுத்துக்கொண்ட கைதியை அவன் சந்தித்ததில்லை.

"இவன் உண்மையிலேயே சுத்தமான தீவிரவாதியாகத்தான் இருக்க வேணும்."

அதிகாரி தனது சகஅதிகாரிகளிடம் சொன்னான்.

"மரணத்தைத் தழுவப் போகும் மனித ஜீவனுடன் கருணையுடன் நடந்துகொள்ள வேண்டும்" என்கிற ஈர உணர்வுடன் ஜெயில் அதிகாரிகள் நடந்துகொண்டார்கள்.

கருப்புத்துரை, இருட்டுக் கொட்டடியினின்றும் வெளியே வந்ததும் ஜடா முடியும் தாடியும் மழிக்கப்பட்டது. தலையைத் தடவிப் பார்த்துக்கொண்டான். உடம்பில் கனம் குறைந்துவிட்டது போன்று உணர்ந்தான். வாசனை சோப்புகளில் நறுமணம் கமழ அவன் நீராட்டப்பட்டான். கருப்புத்துரைக்கு, வெண்ணாற்று நீரில், உருண்டு, புரண்டு நீச்சலடித்தது நினைவுக்கு வந்தது. மகிழ்ச்சியாகக் காணப்பட்டான். அத்துடன் அன்று மதியம் அவனுக்குப் பிடித்த மாமிச உணவு பரிமாறப்பட்டது. வயிறு புடைக்க உண்டவன்; கொட்டடிக்குள் விழுந்து நன்றாகத் தூங்கிப் போனான்.

எந்தவிதமான மனக்கிலேசமும் இல்லாமல் நிம்மதியாக இரவைக் கழித்த மரணதண்டனைக் கைதியை, அந்தச் சிறைச்சாலை அதிகாரிகள் இதுநாள்வரை பார்த்ததில்லை. உண்மையில் சிறை அதிகாரிகளுக்குத்தான் நித்திரை பிடிக்கவில்லை. அவனது போக்கையும், நடத்தையையும் கண்டு அவர்கள் சந்தேகப்பட்டார்கள், பயந்தார்கள்.

மறுநாள் வானத்தில் விடிவெள்ளி எழும் நேரத்தில் மெய்ஞ்ஞான சித்தன் என்கிற கருப்புத்துரை இருட்டுக் கொட்டடியினின்றும் வெளியே கொண்டுவரப்பட்டான். முன் காலைப் பொழுதாகையால், இனிமையான குளிர்க்காற்று வீசிக்கொண்டிருந்தது. கருப்புத்துரை பஞ்சகல்யாணிக்

கழுதையுடன், வயல் வெளியில், வரப்புகளில் நடந்து போகையில் ஏற்படும் சுகானுபவம் நினைப்புக்கு வந்தது. மனதுக்குள்ளேயே மகிழ்ந்துகொண்டான்.

அதி தீவிரவாதி ஒருவன் தூக்கில் ஏற்றப்படுவதால், எதிர்பாராத அசம்பாவிதம் நடந்துவிடக்கூடாது என்கிற முன்னெச்சரிக்கையாக, எல்லாக் கைதிகளும், அவரவர் அறைகளுக்குள் கவனமாகப் பூட்டி வைக்கப்பட்டிருந்தனர். சிறைச்சாலையில் பாதுகாப்பு நடவடிக்கைகளும் இரட்டிப்பாக்கப் பட்டிருந்தன.

முன்னும் பின்னும், துப்பாக்கி ஏந்திய ஜவான்கள் சகிதம், கருப்புத்துரை சிறைக் கொட்டடிகளைக் கடந்து போனான். கடைசியில் தூக்கு மேடையில் கொண்டு போய் நிறுத்தப் பட்டான். தலைக்கு மேல் தொங்கிக்கொண்டிருக்கும் தூக்குக் கயிற்றைப் பற்றிய அக்கறையே இல்லாத மட்டில் மேடையில் நின்றான்.

தூக்குத் தண்டனையை நிறைவேற்றுவதற்கான ஏற்பாடு களைச் சிறை அதிகாரிகள் செய்துகொண்டிருந்த வேளையில் கருப்புத்துரை கீழ்வானத்தை வியப்புடன் பார்த்துப் பரவசப் பட்ட நிலையில் இருந்தான்.

கீழ்வானம் பகலைப் பிரசவித்த வேகத்தில் குங்குமச் சிவப்பாக மாறியிருந்தது. வைகறையை வரவேற்பதற்காக வானத்துப் புள்ளினங்கள், மேற்கே இருந்து கீழ்வானின் உந்திக் கமலத்துக்குள், அடக்கமாகிவிடுவதேபோல் ஆர்ப்பரித்த வண்ணம் கூட்டம் கூட்டமாகப் பிரயாணம் செய்து ஒளி வட்டத்துள் ஐக்கியமாகிக் கொண்டிருந்தன.

அவனது கரங்களைக் கட்ட முயன்றபோது, எரிச்சலுடன் கருப்புத்துரை தட்டிவிட்டான். இதைக் கவனித்துக்கொண்டிருந்த அதிகாரி,

"அவன் சுதந்திரமாகச் சாக விரும்புகிறான். அவன் கரங்களைப் பிணைக்க வேண்டாம்" என்று ஆங்கிலத்தில் சிப்பந்திக்கு உத்தரவிட்டான்.

எங்கோ, வயல் பரப்பில் நின்று உழவன் பாடுகின்ற கிராமியப் பாடல் அசரீரியாக கருப்புத்துரையின் செவிகளில்

வந்து படிகிறபோது திரும்பவும் சிருங்காரபுரி கிராமம் அவன் நினைப்புக்கு வருகிறது.

அவனைத் தூக்கில் போடும் நேரம் வரவும் தூக்குக் கயிறு, வெண்ணெயில் கூர்மையான கத்தி இறக்கப்படுவதே போல் கழுத்தில் இறங்கி கருநாகமாக அவன் கழுத்தைச் சுற்றி கிடக்கிறது.

கருப்புத்துரை, வைகறைப் போதில் கீழ்வானில் தென்படும் வண்ணக் கோலங்களையும் விநோதங்களையும் வியந்தவண்ணம் நிற்கிறான்.

அதிகாரியின் கரம் உயர்ந்து தாழ்ந்தது. கருப்புத்துரையின் காலடியின் பிடிப்பு அகன்று போகிறது. உடல் அந்தரத்தில் துடிதுடிக்கிறது. அவன் ஏதோ சொல்ல ஆசைப்படுகிறான். தொண்டை இறுகி, கண்கள் இருளடைந்தன. தூக்குக் கயிற்றில், சுண்டித்துடிக்கும் சடலத்தின் இயக்கம் சிறிது நேரத்தில் நின்று போகிறது.

மெய்ஞ்ஞான சித்தர் என்ற பெயர்கொண்ட கருப்புத் துரையின் சடலம் தரையில் விழுந்து கிடக்கிறது.

சிறைச்சாலைக் காம்பவுண்டுக்கு வெளியே மேய்ந்து கொண்டிருந்த கழுதை ஒன்று, வெறிபிடித்துவிட்டதுபோல், கனைத்துக்கொண்டு, தலை தெறிக்கும் வேகத்தில் ஓடி, சாலையைத் தாண்டி, பிள்ளையைப் போட்டு, பலாப்பழம் எடுத்த ஓடையில் பாய்ந்து ஊட்டி முறிந்து மாண்டு போயிற்று.

இவ்வாறு தன்னை சிருங்காபுரி ஜமீன் வாரிசு என்று கற்பனை பண்ணிக்கொண்டு அந்தப் பெருமிதத்திலேயே வாழ்ந்த மெய்ஞ்ஞான சித்தர் என்றும் நிர்வாணசித்தர் என்றும் சித்தாட்டம் நடத்திப் பரிதாபமாக மாண்டுபோன கருப்புத்துரை என்கிற வண்ணாரப் பொடியனின் மெய்க்கீர்த்தி முற்றுப் பெற்றது. நாமும் நாம் சொல்லவந்த கதையை துன்பவியல் உணர்வோடு கதையை முடித்துக் கொண்டோம்.